AF747368

அலர்ஜி

டாக்டர் கு. கணேசன், MBBS

டாக்டர் கு. கணேசன் (வயது 60). பொதுநல மருத்துவர். மருத்துவ அறிவியல் எழுத்தாளர். இதுவரை 45க்கும் மேற்பட்ட மருத்துவ நூல்களை எழுதியிருக்கிறார்.

மதுரை மருத்துவக் கல்லூரியில் MBBS பட்டம் பெற்றவர் (1975 - 1981). விருதுநகர் மாவட்டம் ராஜபாளையத்தில் 'கணேஷ் மருத்துவமனை'யை நடத்தி வருகிறார். மருத்துவப் பணியில் 37 வருட அனுபவம் கொண்டவர்.

பல்வேறு நாளிதழ்கள், வார, மாத இதழ்களில் உடல் நலன் சார்ந்த அறிவியல் கட்டுரைகளைத் தொடர்ந்து எழுதி வருகிறார். பாமர மக்களுக்கும் சாதாரண மக்களுக்கும் புரியும்வகையில் மருத்துவக் கட்டுரைகளை எழுதுவது இவருடைய தனிச் சிறப்பு. தமிழ் மொழி வளர்ச்சிக்கான பல ஆலோசனைக் குழுக்களில் உறுப்பினராக உள்ளார்.

மத்திய அரசின் உயரிய அறிவியல் விருதான 'தேசிய அறிவியல் தொழில்நுட்பத் தொடர்பியல் விருது', தமிழக அரசின் விருது, கோவை பாரதியார் பல்கலைக்கழகத்தின் 'மகாகவி பாரதி அறிவியல் தமிழ் விருது', சென்னை, எஸ்.ஆர்.எம். பல்கலைக்கழகத்தின் 'தமிழ்ப்பேராய விருது', சென்னை, முத்து பார்மஸியின் 'சாதனையாளர் விருது', இந்திய மருத்துவச் சங்கத்தின் 'தலைசிறந்த மருத்துவர் விருது' உள்ளிட்ட 15க்கும் மேற்பட்ட விருதுகளையும் பல்வேறு இலக்கிய அமைப்புகளிலிருந்து பரிசுகளையும் பெற்றுள்ளார். 'பாரதிப் பணிச் செல்வர்', 'மருத்துவ இலக்கிய மாமணி' எனும் இரண்டு பட்டங்களையும் பெற்றுள்ளார்.

அலர்ஜி

டாக்டர் கு. கணேசன்

கிழக்கு

அலர்ஜி
Allergy
Dr. G. Ganesan ©

First Edition: September 2019
136 Pages

ISBN: 978-93-5135-025-5
Kizhakku 1162

Kizhakku Pathippagam
177/103, First Floor, Ambal's Building, Lloyds Road,
Royapettah, Chennai - 600 014. Ph: +91-44-4200-9603
Email : support@nhm.in Website : www.nhm.in

kizhakkupathippagam kizhakku_nhm

Author's Email: gganesan95@gmail.com

Kizhakku Pathippagam is an imprint of New Horizon Media Private Limited

சமர்ப்பணம்

என் உடன்பிறந்த சகோதரர்கள்
திரு. கு. வேலுச்சாமிக்கும், திரு. சி. கு. ராமதாஸுக்கும்.

உள்ளே

முன்னுரை

இன்றைய வாழ்க்கை முறையில் உணவுமுறை ரொம்பவே மாறி விட்டது. சுற்றுப்புறச்சூழல் படு மோசமாகிவிட்டது. வாகனங்கள் மற்றும் தொழிற்சாலைகளின் பெருக்கத்தால் அனுதினமும் காற்று மாசுபடுவதைச் சொல்லி மாளாது. சுத்தம் காக்கும் கடமையை அலட்சியப்படுத்தும் மக்களால், தெரு, சந்து, சாலையோரம் எனத் திரும்பும் இடமெல்லாம் குப்பை.

நம்மையும் நம்மைச் சுற்றியுள்ள இடத்தையும், சுத்தமாகவும் சுகாதாரமாகவும் வைத்துக்கொண்டு, நமது உடல் ஆரோக்கியத்தையும் கவனமாகப் பராமரித்தால் பல நோய்கள் நம்மை அண்டுவதற்கு அஞ்சும். அதற்கு, மக்களின் விழிப்புணர்வும் பூரண ஒத்துழைப்பும்தான் தேவை.

சுற்றுச் சூழல் மாசுபட்டு, சுவாசிக்கும் காற்று, குடிக்கும் தண்ணீர் எனச் சகலமும் அசுத்தமாவதால், ஆஸ்துமா, இளைப்பு போன்ற சுவாச நோய்கள் வரக்கூடும் என்பது மட்டும் இல்லாமல், மாரடைப்பு உள்ளிட்ட உயிருக்கு ஆபத்தான நோய்கள்கூட வரக்கூடும் என்ற நிலைமைக்கு இப்போது ஆளாகியிருக்கிறோம். சுத்தமான காற்றையும் குடிநீரையும் மட்டுமே ஏற்றுக்கொள்ளும்விதமாகச் செயல்பட்டுக்கொண்டிருக்கும் நம் மரபணுக்கள், இம்மாதிரியான 'அசுத்தங்களை' கண்டு மிரள்கின்றன. அதன் விளைவாக 'அலர்ஜி' எனும் எதிர்வினையை உண்டாக்கி அந்த அசுத்தங்களை வெளியேற்ற முயற்சி செய்கின்றன. அந்தப் போராட்டத்தின் விளைவாகவே பல நோய்கள் நம்மை ஆட்கொள்கின்றன. அவற்றைத்தான் நாம் 'அலர்ஜி நோய்கள்' என்கிறோம்.

ஒரு காலத்தில் தாத்தா, பாட்டி, அப்பா, அம்மாவுக்கு இருந்தால் பரம்பரை ரீதியாக அவர்கள் வாரிசுகளுக்கும் வரலாம் என்று கணிக்கப்பட்டிருந்த அலர்ஜி நோய்கள் இப்போது, யாருக்கு வேண்டுமானாலும், எப்போது வேண்டுமானாலும், எதனாலும் வரக்கூடும் என்பது கண்கூடாகி வருகிறது. இதற்கு நம் வாழ்க்கை முறை மாற்றங்கள்தான் பெரிதும் காரணம். ஆரோக்கியம் தரும் நம் பாரம்பரிய உணவிலிருந்து ரொம்பவே விலகிவிட்டோம். மோசமான அந்நிய உணவு மோகத்துக்கு அடிமையாகிவிட்டோம். துரித உணவு களுக்கும் உடனடி உணவுகளுக்கும் அதிக இடம் கொடுத்துவிட்டோம். அவற்றில் கவர்ச்சிக்காகவும் ருசிக்காகவும் கலக்கப்படும் பலதரப் பட்ட வேதிப்பொருள்கள் நம் மரபணுக்களுக்குப் பழக்கப் படாதவை. அந்த மாதிரியான அந்நிய உணவுகளை உண்ணும்போது நம் மரபணுக்கள் அவற்றை எதிர்த்துப் போராட, அச்சமயத்தில்தான் அலர்ஜி நோய்கள் எட்டிப் பார்க்கின்றன.

நாகரிகம் என்ற பெயரில் ஆண்களும் பெண்களும் தங்களை அழகு படுத்திக்கொள்வதற்குப் பலவகை செயற்கை வழிமுறைகளைப் பயன்படுத்துகின்றனர். குளிக்கும் சோப்பு மற்றும் பல் துலக்கும் பற்பசையில் தொடங்கி முகம், நகம், மீசை என உடலின் அனைத்துப் பகுதிகளையும் அழகுபடுத்த உதவும் செயற்கைப் பொருள்களில் கலக்கப்படும் பலதரப்பட்ட வேதிப்பொருள்கள் சருமம் தொடங்கி உடலின் உள்ளுறுப்புகளையும்கூட கெடுக்கக் கூடியவை. இந்த வேதிப்பொருள்களைக் கண்டதும் நம் மரபணுக்கள் பகை நாட்டுப்படைகளை விரட்டி அடிப்பதுபோல் துரத்துகின்றன. அப்போதெல்லாம் அலர்ஜி நோய்களால் நாம் அவதிப்படுகிறோம்.

அலர்ஜி நோய்களின் கொடுமை அவற்றை அனுபவித்தவர்களுக்குத் தான் தெரியும். அதிலும் குறிப்பாக குளிரிலும் பனியிலும் மழையிலும் ஆஸ்துமா வந்து அலறுபவர்கள் அநேகம் பேர். அவர்கள் மூச்சிரைப்பின் 'விசில் சத்தம்' அடுத்தவர்களுக்குக் கேட்கும். கை-கால்கள் துவண்டு, கண்கள் சொருகி, முகம் கோணி, உதடுகள் நீலம்பூத்து, வார்த்தைகள் வறண்டு அவர்கள் படும் அவஸ்தைகளை வார்த்தைகளில் கொண்டுவர முடியாது. அத்தனை சோகம்! 'எக்சீமா' எனும் தோல் அழற்சி நோயில் உடலெங்கும் அரிப்பு எடுக்கத் தொடங்கினால் சொரிந்து முடியாது. இப்படி இன்னும் எத்தனையோ துன்பங்கள், துயரங்கள்...

பெரும்பாலும் இந்த அலர்ஜி அறிகுறிகள் குறித்து அறியாதவர்கள் தான் அலர்ஜி நோய்களால் அதிகம் அவதிப்படுகிறார்கள். அப்போதெல்லாம் என்ன செய்வது, எந்த மருத்துவரை அணுகுவது

என்பன போன்ற விவரங்கள் தெரியாமல், பொதுவாக யாராவது ஒரு மருத்துவரைப் பார்த்து சிகிச்சை பெறுகிறார்கள். அதனால், நோய்கள் முழுமையாகக் கட்டுப்படாமல் போகின்றன. வாழ்நாள் முழுவதும் அவஸ்தைகள் தொடர்கின்றன.

இப்போதெல்லாம் பணி சார்ந்த அலர்ஜி நோய்களும் அதிகரித்து வருகின்றன. அந்தப் பணிகளில் படித்தவர்கள் அதிகம் இருப்பதால், அலர்ஜி நோய்கள் குறித்து கூகுளில் தேடி அரைகுறையாகத் தெரிந்து கொள்கிறார்கள். அப்போது தேவையில்லாமல் அச்சம் அவர்களை ஆட்கொள்ள, இன்னும் தெளிவாகத் தெரிந்துகொள்ள விரும்புகின்றனர். தங்களுக்குத் தரப்படும் சிகிச்சை விவரங்களை அறியவும் ஆவல்கொள்கின்றனர்.

இன்றைய மருத்துவ முன்னேற்றத்தில், அலர்ஜி நோய்களுக்குப் புதிய புதிய மருந்துகள், மருத்துவப் பரிசோதனைகள், சிகிச்சை முறைகள் எத்தனையோ வந்துவிட்டன. உதாரணத்துக்கு, ஆஸ்துமாவுக்கு வழங்கப்படும் இன்ஹேலர் சிகிச்சை, நெபுலைசர் சிகிச்சை போன்றவற்றைக் குறிப்பிடலாம். இவற்றைப் பயன்படுத்தும் போது பயனாளிகளுக்குப் பல சந்தேகங்கள் ஏற்படுவது ஒருபுறம் இருக்க, அலர்ஜி நோய்கள் குறித்து மக்களிடம் பலதரப்பட்ட மூடநம்பிக்கை களும் இருக்கத்தான் செய்கின்றன. அவற்றையும் தகர்த்தால்தான் இந்த நோய்களுக்கு ஒரு நிரந்தரத் தீர்வைத் தர முடியும்.

‘சூரியனுக்குக் கீழ் உள்ள எந்த ஒரு பொருளும் எந்த வயதினருக்கும் எப்போது வேண்டுமானாலும் அலர்ஜி ஆகலாம்’ என்பது பொதுவான மருத்துவ விதி என்றாலும், நடைமுறையில் எவற்றால், எவருக்கு, எப்போது, எப்படி அலர்ஜி ஆகிறது என்பதைத் தெரிந்துகொண்டால், சரியான முன்னெச்சரிக்கை நடவடிக்கைகளால் பெரும்பாலான அலர்ஜி நோய்களைக் கட்டுப்படுத்தவும், வராமல் தடுக்கவும் முடியும். இது உறுதி செய்யப்பட்ட மருத்துவ உண்மை. எனவே, அந்த மருத்துவ ரகசியங்களை உங்களுக்கு வெளிச்சம் போட்டுக் காட்டவே இந்த நூலை எழுதியுள்ளேன்.

இந்த நூலைப் படிப்பதன் மூலம் அலர்ஜி நோய்கள் வந்துவிட்டால், அவற்றின் கொடுமையிலிருந்து எப்படித் தப்பிக்கலாம் என்பதையும் தெரிந்துகொள்ளலாம். அலர்ஜி நோய்களுக்குத் தற்போது வழங்கப்படும் நவீன சிகிச்சைகளையும் அறிந்துகொள்ளலாம். அவற்றின் பலனாக, தேவையான விழிப்புணர்வு இல்லாமல் தேவையற்ற துயரங்களுக்கு உள்ளாகும் அலர்ஜி நோயாளிகள் தங்கள் துயர்களைத் துடைத்துக்கொள்ளலாம்; நல்வாழ்வு பெறலாம்.

இந்த நூலில் தொகுக்கப்பட்டுள்ள கட்டுரைகள் 'டாக்டர் விகடன்'ல் தொடராக வெளிவந்தவை. அதன் அப்போதைய பொறுப்பாசிரியர் திரு. பா. பிரவீன்குமார் விரும்பிக் கேட்டு எழுதிய தொடர் இது. தொடராக வந்துகொண்டிருந்தபோதே வாசகர்களிடமிருந்து பலத்த வரவேற்பைப் பெற்றது. 'இந்தத் தொடர் எப்போது நூலாக வரும்?' என்று கேட்ட வாசகர்கள் அநேகம். அவர்கள் ஆசை இப்போது கிழக்குப் பதிப்பகத்தின் மூலம் நிறைவேறியிருக்கிறது.

கிழக்குப் பதிப்பகத்தின் பொறுப்பாசிரியர் திரு. மருதன் அவர்களுக்கும், கிழக்குப் பதிப்பகம் நிறுவனத்தினருக்கும் என் மனம் மகிழ்ந்த நன்றிகள் சேரட்டும். 'டாக்டர் விகடனின்' அப்போதைய ஆசிரியர் திரு. ரா. கண்ணன் அவர்களுக்கும், பொறுப்பாசிரியர் திரு. பா. பிரவீன்குமார் அவர்களுக்கும் என் நன்றிகள் என்றும் உண்டு.

மிக்க அன்புடன்,

டாக்டர் கு. கணேசன்

அலைபேசி: 9952434190

மின்னஞ்சல்: gganesan95@gmail.com

1

அலர்ஜியை அறிவோம்!

அலர்ஜி!

இந்த வார்த்தை இப்போது படித்தவர்கள் மத்தியில் மிகப் பிரபலம். நம் சமூகத்தில் தினம் மாறிவரும் உணவுமுறை, மாசடைந்த சுற்றுச்சூழல், கலப்படம் மிகுந்த வேதிப்பொருள்கள் போன்ற ஏராளமான காரணங்களால் காய்ச்சல், தலைவலி, தடுமத்துக்கு அடுத்தபடியாக பலரையும் பல நேரங்களில் அவதிப்படுத்துவது அலர்ஜிதான்.

நீங்களே கேள்விப்பட்டிருப்பீர்கள். உணவு விடுதிகளில் இளம் வயதினர் பலரும் 'எனக்கு மீன் பிடிக்காது. சாப்பிட்டால் அலர்ஜியாகிவிடும்' என்பார்கள். மருந்துக் கடைகளில் 'எனக்கு சல்பா மாத்திரை அலர்ஜி. சளிக்கு சல்பா இல்லாத மாத்திரையைக் கொடுங்கள்' என்று கேட்டு வாங்குகிறார்கள். பெண்களில் பலர், தங்களுக்கு 'கவரிங் நகைகளைப் போட்டால் அலர்ஜியாகி தோல் கறுத்துவிடும்' என்பதும், 'தலைக்கு 'டை' அடிக்க முடியலே; 'ஹேர் - டை' அலர்ஜி' என்று கவலைப்படுவதும், 'வீட்டில் ஒழுங்கா ஒட்டடையை எடுக்க முடியல; ஒட்டடை எனக்கு ஒத்துக்காது. அலர்ஜியாகி ஆஸ்துமா வந்துடும்' என்று வருத்தப்படுவதும் சர்வ சாதாரணமாகிவிட்டது.

மருத்துவரீதியாக 'அலர்ஜி' என்பது என்ன?

நமக்கு ஒத்துக்கொள்ளாத ஒரு பொருள் நம் உடலுக்குள் நுழைந்தால் அல்லது உடலுக்குள்ளேயே இருந்தால், உடலானது அதை எதிர்க்கிறது. அந்த எதிர்வினையைத்தான் நாம் 'அலர்ஜி' (Allergy) என்கிறோம். இந்த எதிர்வினையின் வெளிப்பாடு ஒவ்வொருவருக்கும் ஒரு மாதிரி இருக்கும். உதாரணமாக, ஒருவர் தூசு நிறைந்த அறைக்குள் நுழையும் போது 5 முறை தும்மல் போடுகிறார் என்றால் அது சாதாரணம். மாறாக, 50 முறை தும்மல் போட்டால் அது அவருடைய அலர்ஜியின் வெளிப்பாடு. கொசு கடித்தால் சிறிது நேரம் அரிப்பதும்; வலிப்பதும் இயல்பு. அதுவே இரவு முழுவதும் அரித்தால் அது அலர்ஜி. அலர்ஜிக்குப் பல காரணங்கள் இருப்பதுபோல், அலர்ஜியின் வெளிப்பாடும் இப்படிப் பலவிதமாக இருக்கும்.

அலர்ஜி நல்லதா, கெட்டதா?

நம்மில் பெரும்பாலானோர் தங்களுக்கு அலர்ஜி உண்டாவதை ஒரு கெட்ட செயலாகத்தான் கருதுகிறார்கள். ஆனால் உண்மையில் அலர்ஜி என்பது நம் உடலுக்குப் பாதுகாப்பு தருகிற நல்லதொரு செயல்; நம் எதிரியை ஓரங்கட்டுகிற நல்வினை என்றுதான் மருத்துவர்கள் கூறுகிறார்கள். இந்த உண்மையைப் புரிந்துகொள்ள வேண்டுமானால், நம் உடலில் இயங்கும் 'தடுப்பாற்றல் மண்டலம்' (Immune system) என்று சொல்லக்கூடிய தற்காப்புப் படையை உங்களுக்கு அறிமுகம் செய்ய வேண்டும்.

உடலின் இராணுவம்!

நாம் உறங்கினாலும் இந்தத் தற்காப்புப் படை உறங்குவதில்லை; இதற்கு இருபத்தி நான்கு மணி நேரமும் நம்மைக் 'காவல் காக்கும்' வேலைதான். நாட்டைக் காக்கின்ற ராணுவம்போல், இது நம் உடலைக் காக்கிறது. நம் ரத்தம்தான் இதன் 'கேம்ப் ஆபீஸ்!' ரத்த வெள்ளை அணுக்கள்தான் தளபதிகள். 'T' அணுக்கள், 'B' அணுக்கள், 'மேக்ரோபேஜ்' அணுக்கள், 'எதிர் அணுக்கள்' (Antibodies) என்று பலதரப்பட்ட சிப்பாய்கள் இந்தத் தற்காப்புப் படையில் பணிபுரிகிறார்கள்.

ரத்தக் குழாய்களும் ரத்தக் குழாய்க்கு வெளியில் இருக்கும் நிணநீர்க் குழாய்களும்தான் யுத்தம் நடக்கும் இடங்கள். சரி, யாருடன் யுத்தம்? கண்ணுக்குத் தெரியாத நுண்ணுயிர்க் கிருமிகள், நஞ்சாகிப்போன உணவுகள், எதிர்பாராத விஷக்கடிகள் போன்றவற்றுடன்தான் யுத்தம். இந்த 'எதிரிகள்' நம் உடலுக்குள் நுழையும்போது, உடலின்

தற்காப்புப்படை தன்னிடமுள்ள 'சிப்பாய்'களை அனுப்பி, யுத்தம் செய்யும். சில சிப்பாய்கள் இந்த எதிரிகளைக் கொன்று விடுவார்கள். சில சிப்பாய்கள், கொல்லப்பட்ட எதிரிகளை அப்படியே விழுங்கி, அந்த இடத்தைத் துப்புரவு செய்வார்கள். இன்னும் சில சிப்பாய்கள் இந்த எதிரிகளை நினைவில் வைத்துக்கொண்டு, இனியும் இம்மாதிரியான எதிரிகள் உடலுக்குள் நுழைகிறார்களா என்று வேவு பார்த்துத் 'தளபதி'க்குத் தகவல் அனுப்புவார்கள். இப்படி நம் எதிரிகளை அழித்து, அவை உண்டாக்கும் பல நோய்களிலிருந்து அல்லது துன்பங்களிலிருந்து நம்மைக் காப்பாற்றுகிறது, உடலின் தற்காப்புப் படை.

இவ்வாறு நம் உடல்மேல் படையெடுக்கும் பல வகைப்பட்ட கிருமிகளை அல்லது உடலுக்குத் துன்பம் தரும் எந்த ஒரு வெளிப் பொருளையும் எதிர்த்துத் தாக்குவதற்கும், அழிப்பதற்கும் உடலில் தற்காப்புப்படை தருகின்ற சக்திக்கு 'நோய் எதிர்ப்பு சக்தி' அல்லது 'நோய்த் தடுப்பாற்றல்' (Immunity) என்று பெயர்.

நோய்த் தடுப்பாற்றல் - அலர்ஜி: என்ன வித்தியாசம்?

நம் தடுப்பாற்றல் மண்டலம் நிகழ்த்தும் விரும்பத்தகாத விளைவை 'அலர்ஜி' என்று சொல்லலாம். 'குறிப்பிட்ட ஒரு பொருளை நம் உடல் ஏற்றுக்கொள்ளவில்லை' என்று நமக்குத் தெரியப்படுத்தும் அறிகுறியாகவும் இதை எடுத்துக்கொள்ளலாம்.

இந்த அலர்ஜி எப்படி ஏற்படுகிறது?

உடலுக்கு ஒவ்வாத ஒரு புறப்பொருள் அல்லது உடலின் உட்பொருள் உடலுடன் தொடர்புகொள்கிறபோது ரத்த வெள்ளையணுக்களின் சிப்பாய்கள் அதை எதிரியாக எண்ணித் தாக்கத் தொடங்கிவிடும். அப்போது ரத்தத்தில் அந்த ஒவ்வாத பொருளுக்கு 'இமுனோ குளோபுலின் - இ' (IgE) எனும் எதிரணுப் புரதம் உருவாகும். இந்தப் புரதத்தை ரத்தப் பிளாஸ்மா செல்கள் உருவாக்குகின்றன. ஒவ்வாத பொருள் முதல்முறையாக உடலுக்குள் நுழையும்போது, இந்தப் புரதம் உருவாகி ரத்தத்தில் காத்திருக்கும். மீண்டும் அதே ஒவ்வாத பொருள் உடலுக்குள் நுழையும்போது, இது அந்த ஒவ்வாமைப் பொருளைக் 'கைது' செய்துவிடும். புரதத்தால் 'கைது' செய்யப்பட்ட ஒவ்வாமைப் பொருளால் உடலின் மற்ற பகுதிகளுக்குச் செல்ல முடியாது. அதேநேரம் இந்தப் புரதமும் ஒவ்வாமைப் பொருளும் சேர்ந்து, ரத்தத் திசுவில் உள்ள மாஸ்ட் செல்களைத் தூண்டும். இதன் காரணமாக மாஸ்ட் செல்கள் 'ஹிஸ்டமின்', புரோட்டியேஸ்,

'லுயூக்கோட்ரின்' (Leukotriene) போன்ற பல வேதிப்பொருள்களை வெளியேற்றும். இவை ரத்தக் குழாய்களை விரிவடையச் செய்து அங்குள்ள நரம்புமுனைகளைத் தாக்கும். அதன் விளைவால் அலர்ஜியின் முக்கிய அறிகுறிகளான அரிப்பு, தடிப்பு, தோல் சிவப்பது போன்றவை ஏற்படும்.

சுருக்கமாகக் கூறினால், நோய்த் தடுப்பாற்றல் என்பது உடலுக்கு ஒவ்வாத கிருமிகளை ஒழிப்பதற்கு உடலில் உருவாகிற எதிர்ப்பு சக்தி. இது எல்லோருக்கும் ஒரே மாதிரி நிகழ்கிற நிகழ்வு. ஆனால் அலர்ஜி என்பது உடலுக்கு ஒவ்வாத பொருளை உடலிலிருந்து வெளியேற்றுவதற்கான எதிர்வினை. இது எல்லோருக்கும் ஏற்படுகிற நிகழ்வல்ல. ஒருவருக்கு ஒத்துக்கொள்ளாத ஒரு பொருள் அடுத்தவருக்கு ஒத்துக்கொள்ளும். அப்போது இந்த எதிர்வினை அவருக்கு ஏற்படுவதில்லை.

இப்போதைக்கு இந்தப் புரிதல் போதும். அலர்ஜியை உருவாக்கும் ஆன்டிஜென், இமுனோஜென், ஹேப்டன் போன்றவற்றைப் பற்றி அடுத்த அத்தியாயத்தில் விளக்கமாகப் பார்க்கலாம்.

அலர்ஜி டேட்டா!

ஆஸ்துமா, கரப்பான் (Eczema) போன்ற அலர்ஜி தொடர்பான நோய்கள் ஹிப்போகிரேட்ஸ் காலத்துக்கு முந்தைய காலத்தில் வாழ்ந்த மக்களிடமே காணப்பட்டதாக வரலாறு கூறுகிறது. என்றாலும், 20ம் நூற்றாண்டின் தொடக்கத்தில்தான் அலர்ஜிக்குக் காரணம் புரிந்தது. வியன்னாவில் பிறந்து ஆஸ்திரியாவில் குடியுரிமை பெற்ற குழந்தைநல மருத்துவர் கிளமென்ஸ் பீட்டர் வான் பிர்கெட் (Clemens Peter Von Pirquet) என்பவர், மனித உடலில் நுண்ணுயிர்கள் நுழைகிறபோது ஒரு மாறுபட்ட செயல் நிகழ்வதாக 1906ல் கண்டறிந்து, 'அலர்ஜி' (Allergy) என்று அதை அழைத்தார். கிரேக்க மொழியில் 'allos' என்றால், 'மாறுபட்ட' எனவும் 'ergon' என்றால் 'எதிர்வினை' எனவும் பொருள். எனவே, அலர்ஜி என்பது உடலில் நிகழ்கின்ற ஒரு மாறுபட்ட எதிர்வினைச் செயலைக் குறிப்பது என்ற கருத்து இவருக்குப் பிறகுதான் பரவியது.

2

அலர்ஜி வகைகள்

நம் தடுப்பாற்றல் மண்டலம் நிகழ்த்தும் விரும்பத்தகாத விளைவை 'அலர்ஜி' என்று சொன்னோம். 'குறிப்பிட்ட ஒரு பொருளை நம் உடல் ஏற்றுக்கொள்ளவில்லை' என்று நமக்குத் தெரியப்படுத்தும் அறிகுறியாகவும் இதை எடுத்துக்கொள்ளலாம். அலர்ஜியை ஆன்டிஜென் (Antigen) உருவாக்குகிறது என்று பார்த்தோம். அது என்ன ஆன்டிஜென்?

உடலுக்குள் பல்வேறு வழிகளில் நுழைந்து அலர்ஜியை ஏற்படுத்தும் புறப்பொருளுக்கு 'ஆன்டிஜென்' என்று பெயர். தமிழில் ஒவ்வாப் பொருள் (Allergen) அல்லது எதிரணு ஊக்கி என்றும் இதைக் கூறலாம். இது உடலில் சேரும்போது ஒவ்வாமையை ஏற்படுத்துவதால் ஒவ்வான் என்றும், இதற்கான எதிர்ப் பொருள்களை/எதிரணுக் களை ரத்தத்தில் உற்பத்தி செய்வதால் எதிரணு ஊக்கி என்றும் அழைப்பது உண்டு. காற்றில் கலந்து வரும் தூசு, பாக்டீரியா, வைரஸ், பூஞ்சை ஆகியவை ஆன்டிஜெனுக்கு சில உதாரணங்கள்.

அடுத்தது, இமுனோஜென்.

ஆன்டிஜெனுக்கு இன்னொரு பெயர் 'இமுனோஜென்' (Immunogen). என்றும் கூறலாம். என்றாலும் சிறிது வித்தியாசம்

இருக்கிறது. நம் உடலுக்குள் முதல்முறையாக நுழையும் ஆன்டிஜெனை அதற்கடுத்து என்றைக்கும் நுழைய முடியாதபடி தடுப்பதற்கு உடலில் எதிர்ப்பு சக்தி ஏற்படுமானால், அந்த ஆன்டிஜெனுக்கு 'இமுனோஜென்' என்று பெயர். உதாரணத்துக்கு, சின்னம்மை வைரஸ். இது முதல்முறையாக நம் உடலுக்குள் நுழையும்போது நமக்கு இதற்கான தடுப்பு சக்தி நிரந்தரமாக ஏற்பட்டு விடுவதால், அடுத்தமுறை சின்னம்மை நோய் நமக்கு வருவதில்லை.

இந்த இடத்தில் ஒன்றைத் தெரிந்துகொள்ளவேண்டும். எல்லா ஒவ்வாப் பொருள்களும் நமக்கு ஆன்டிஜென்களாக இருக்கும். ஆனால் அவை எல்லாமே இமுனோஜென்களாக இருப்பதில்லை. இதற்கும் ஓர் உதாரணத்தைப் பார்த்துவிடுவோம். நீங்கள் ஒரு சோப்பை உபயோகிக்கிறீர்கள். அதில் உள்ள ஒரு வேதிப்பொருள் உங்களுக்கு ஒத்துக்கொள்ளவில்லை என்றால் அது அரிப்பை ஏற்படுத்தும். அந்த வேதிப்பொருள் உங்களுக்கு ஆன்டிஜெனாகத் தான் செயல்படுகிறது; இமுனோஜெனாக அல்ல! அதனால்தான் அந்த வேதிப்பொருளுக்கு உங்கள் உடலில் தடுப்பு சக்தி கிடைக்க வில்லை. அது உங்களை அடையும் போதெல்லாம் ஆன்டிஜெனாகச் செயல்பட்டு அரிப்பை ஏற்படுத்துகிறது.

ஹேப்டன்கள்

ஒரு புறப்பொருள் ஆன்டிஜெனாக அல்லது ஒவ்வாமையைத் தூண்டும் பொருளாகச் செயல்பட வேண்டுமானால், அதற்குக் குறிப்பிட்ட எடை இருக்கவேண்டும். அந்த எடைக்குக் குறைவாக உள்ள புறப்பொருளால் தானாக ஒவ்வாமையைத் தூண்டவும் முடியாது; எதிரணுக்களை உற்பத்தி செய்யவும் முடியாது. அதேவேளையில் அது ஒரு புரதத்துடன் இணைந்து உடலுக்குள் செல்லுமானால் அந்தப் புரதத்துக்கு எதிராக எதிரணுக்கள் உருவாகும். இம்மாதிரியான புறப்பொருளை ஹேப்டன் (Hapten) என்கிறோம். இதற்கு ஓர் உதாரணம், டை நைட்ரோபீனால். இது ஒரு வேதிப்பொருள். பல உலோகங்களில் இருக்கிறது. இது தனியாக உடலுக்குள் செல்லும்போது ஒவ்வானாகச் செயல்படுவதில்லை. அதே நேரத்தில் இது உடலில் உள்ள ஒரு புரதத்துடன் கலந்து விட்டால் சிலருக்கு ஒவ்வானாக மாறி எதிரணுக்களை (Antibodies) உற்பத்தி செய்கிறது.

எதிரணுக்கள் என்றால் என்ன?

இதுவரை எதிரணுக்கள், எதிரணுக்கள் என்று பலமுறை சொல்லி விட்டோம். அப்படி என்றால் என்ன என்பதை இப்போது தெரிந்து

கொள்வோம். நம் தடுப்பாற்றல் மண்டலத்தில் ஆன்டிஜென் என்று அழைக்கப்படுகிற ஓர் ஒவ்வாத அல்லது அந்நியப் பொருளுக்கு எதிராக உருவாகின்ற குளுக்கோஸ் கலந்த புரத மூலக்கூறுதான் (Glycoprotein) எதிரணு என்பது. 'இமுனோகுளோபுலின்' என்று இதை ஆங்கிலத்தில் அழைக்கிறோம். தான் உருவாகக் காரணமாக இருந்த ஆன்டிஜெனோடு மட்டுமே இணைகிற தன்மையை உடையது. இதன் மூலம் அந்த ஆன்டிஜெனை / ஒவ்வானை எதிர்த்துப் போராடி உடலைவிட்டு வெளியேற்றுகிற ஆற்றல் பெற்றது.

இதில் IgM, IgG, IgA, IgD, IgE என்று ஐந்து வகை உண்டு. முதல் முறையாக ஓர் ஆன்டிஜென் உடலுக்குள் நுழைகிறபோது உருவாகிற எதிரணுவுக்கு IgM என்று பெயர். இரண்டாம் முறையாக ஓர் ஆன்டிஜென் உடலுக்குள் நுழைகிறபோது உருவாகிற எதிரணுவுக்கு IgG என்று பெயர். உணவுப்பாதையிலும் மூச்சுப் பாதையிலும் உருவாகிற எதிரணுவுக்கு IgA என்று பெயர். IgD எதிரணு என்பது நிணநீர் அணுக்களில் (Lymph nodes) உருவாகிறது. கடைசியாகச் சொல்லப்படுகிற IgE எதிரணுதான் ஒவ்வாமைக்குக் காரணமான ஒவ்வான்கள் நம் உடலுக்குள் நுழையும்போது உருவாகிறது. பெரும்பாலும் இது தோல், உணவுப்பாதை, மூச்சுப்பாதை ஆகிய இடங்களில் காணப்படுகின்றன.

அலர்ஜி வகைகள்

இதுவரை சொல்லப்பட்ட ஆன்டிஜென், இமுனோஜென், ஹேப்டன் ஆகியவை உடலுக்குள் நுழைந்து எதிரணுவை உருவாக்கும்போது அந்த எதிரணு தன்னை உருவாக்கிய ஆன்டிஜெனோடு இணைந்து அதை எதிர்க்கிறது. அப்போது ஏற்படுகிற தகாத, அதீத விளைவு தான் அலர்ஜி. அலர்ஜிக்கு 'மிகைக்கூறுணர்வு' (Hypersensitivity) என்று ஒரு பெயரும் உண்டு. இதில் நான்கு வகை உண்டு.

1. உடனடி அலர்ஜி (Immediate Hypersensitivity)

ஓர் ஒவ்வாத பொருள் உடலுக்குள் நுழைந்த 15 நிமிடங்களில் அதற்கான ஒவ்வாமை குணங்கள் தொடங்கிவிடும். தடுப்பாற்றல் மண்டலத்தில் IgE எதிரணு உருவாவதால் ஏற்படும் அலர்ஜி இது. பெரும்பாலும் இந்தக் குணங்கள் சாதாரண உடல் அரிப்பில் தொடங்கி உயிருக்கு ஆபத்து தருவது வரை மோசமான ஒவ்வாமையை உண்டாக்குவதாக இருக்கும். ஒவ்வாத பொருள் எந்த வழியில் நுழைகிறதோ அதைப் பொருத்து அறிகுறிகள் ஏற்படும்.

விஷக்கடி போன்றவற்றில் தோல் வழியாக ஒவ்வாத பொருள் நுழைகிறது. அப்போது தோலில் அரிப்பும், சிவப்பு நிறத் தடிப்புகளும் ஏற்படும். தூசு மூலம் மூக்கு வழியாக இது நுழைகிறது என்றால், அங்குள்ள ரத்தக்குழாய்கள் விரிந்து அடுக்குத் தும்மலும் மூக்கு ஒழுகலும் ஏற்படும். சுவாசத்தின் மூலம் நுரையீரலுக்குள் அது நுழைந்துவிட்டால், மூச்சுக் குழல்கள் சுருங்கி சுவாசிக்க முடியாமல் ஆஸ்துமா ஏற்படும். உணவு மூலம் ஒவ்வான் நுழைவது வாய் வழி என்றால், உதடு வீங்குவது, வாந்தி, வயிற்றுவலி, வயிற்றுப்போக்கு ஏற்படுவது போன்ற குணங்களைக் காண்பிக்கும். உடலுக்குள் நுழைவது ஒவ்வாத மருந்தென்றால் சமயங்களில் அது உயிரையே மாய்த்துவிடும்.

2. திசுக்கள் சார்ந்த அலர்ஜி (Tissue bound Hypersensitivity)

இந்த வகை அலர்ஜியில், ஓர் ஒவ்வாத பொருள் உடலுக்குள் நுழைந்த சில மணி நேரத்தில் அதற்கான ஒவ்வாமை குணங்கள் தொடங்கிவிடும். தடுப்பாற்றல் மண்டலத்தில் IgM அல்லது IgG எதிரணு உருவாவதால் இந்தவகை அலர்ஜி ஏற்படுகிறது. இது உடல் உறுப்புகளின் திசுக்களில் பாதிப்பை ஏற்படுத்துவதால் சில நிரந்தர நோய்கள் உண்டாகின்றன. உதாரணத்துக்கு, ரத்த அழிவு ரத்தசோகை, நெப்ரான் அழற்சி எனும் சிறுநீரக நோய்.

3. தடுப்பாற்றல் சார்ந்த அலர்ஜி (Immune - complex Hypersensitivity)

இந்தவகை அலர்ஜி ரத்தச் சுற்றோட்டத்தில் மட்டும் நிகழலாம். அல்லது தனிப்பட்ட உடல் உறுப்பைச் சார்ந்ததாகவும் இருக்கலாம். ஒவ்வாத பொருள் உடலுக்குள் நுழைந்த மூன்றிலிருந்து பத்து மணி நேரத்துக்குள் அதற்கான ஒவ்வாமை குணங்கள் தொடங்கிவிடும். தடுப்பாற்றல் மண்டலத்தில் IgG எதிரணு உருவாவதால் இந்தவகை அலர்ஜி ஏற்படுகிறது. இதற்கு ஓர் உதாரணம், ருமட்டாய்டு மூட்டுவலி.

4. தாமதமான அலர்ஜி (Delayed Hypersensitivity)

இதில் ஒவ்வாத பொருள் உடலுக்குள் நுழைந்த இரண்டு அல்லது மூன்று நாட்கள் கழித்து ஒவ்வாமை குணத்தைக் காட்டும். இந்தக் குணங்களால் உடலுக்கு அவ்வளவாக பாதிப்பு ஏற்படுவதில்லை. தோலில் சிறிய வீக்கம், தோல் சிவப்பது போன்ற சாதாரண அறிகுறிகள்தான் காணப்படும்.

இந்த அலர்ஜியில் வழக்கமான எதிரணுக்கள் ஈடுபடுவதில்லை. பதிலாக, தைமஸ் நிண அணுக்கள் இதை ஏற்படுத்துகின்றன. காசநோய் உள்ளதா என்பதை அறிய மேன்டோ பரிசோதனை செய்யப்படுவதை இந்த அலர்ஜிக்கு உதாரணமாகச் சொல்லலாம்.

இதுவரை அலர்ஜியின் வகைகளைப் பற்றி விளக்கமாகப் பேசியதற்குக் காரணம் இருக்கிறது. அலர்ஜி எந்த வகையைச் சேர்ந்ததோ அதைப் பொருத்துத்தான் அதற்கான சிகிச்சையை மருத்துவர்கள் தீர்மானிக்கிறோம்.

அலர்ஜி டேட்டா!

எப்படி ஒரு பூட்டில் சாவியை நுழைத்தால்தான் பூட்டு திறக்கிறதோ, அதுபோலவே ஆன்டிஜெனும் எதிரணுவும் இணைந்துதான் எதிர்வினையை நிகழ்த்துகிறது என்பதைக் கண்டுபிடித்தவர் ஜெர்மன் நாட்டின் ஆராய்ச்சியாளர் பால் எர்லிச். இவர்தான் 'ஆன்டிபாடி' என்ற ஆங்கிலச் சொல்லை முதன்முதலில் 1891ல் பயன்படுத்தினார். ஹங்கேரி மருத்துவர் லஸ்லோ டெட்டர் என்பவர் முதன்முதலில் 1903ல் ஆன்டிஜென் என்ற சொல்லைப் பயன் படுத்தினார். 1959ம் ஆண்டுவரை ஆன்டிஜென், இமுனோஜென் இரண்டுமே ஒன்று என்றுதான் எண்ணிக்கொண்டிருந்தனர் அதற்குப் பிறகு வந்த ஆராய்ச்சியாளர்கள் இந்தக் கருத்தை உடைத்தனர். இரண்டும் வெவ்வேறு என்பதை நிரூபித்தனர்.

3

அலர்ஜி யாருக்கு வரும்?

'எப்போ, எங்கே, எப்படி வருவேன்னு தெரியாது. ஆனா, வரவேண்டிய நேரத்துக்கு கரெக்டா வந்துடுவேன்' என்று ரஜினிகாந்த் அடிக்கடி சொல்லுவார். இது அவருக்கு மட்டுமல்ல, அலர்ஜிக்கும் பொருந்தும். அலர்ஜி யாருக்கு வரும், எப்போது வரும், எப்படி வரும் என்பதெல்லாம் யாராலும் சரியாகச் சொல்ல முடியாது. ஆனால், அது வரவேண்டியவர்களுக்கு வந்தே தீரும்.

அலர்ஜிக்குப் பரம்பரை பிடிக்கும்

தாத்தா, பாட்டி, அப்பா, அம்மா எனப் பரம்பரையாக வரக்கூடிய நோய்களில் அலர்ஜியும் ஒன்று. குழந்தை கருவில் உருவாகும் போதே அந்தக் குழந்தைக்குப் பிற்காலத்தில் அலர்ஜி வருமா, வராதா என்பதை குழந்தையின் மரபணுக்கள் தீர்மானித்து விடுகின்றன. எனவேதான், பெற்றோரில் ஒருவருக்கு அலர்ஜி இருந்தால், குழந்தைக்கு 50 சதவிகிதம் அலர்ஜி ஏற்படும் வாய்ப்பு உள்ளது. பெற்றோர் இருவருக்கும் அலர்ஜி இருந்தால், குழந்தைக்கு 75 சதவிகிதம் இந்த வாய்ப்பு ஏற்படுகிறது. அரிதாக சிலருக்கு பரம்பரையில் பாதிப்பு இல்லாமலும் அலர்ஜி வரும் வாய்ப்பு உண்டு. பத்தில் ஒருவருக்கு இம்மாதிரி அலர்ஜி ஏற்படுகிறது.

அலர்ஜி பரம்பரையாக வரக்கூடிய பாதிப்புதான் என்றாலும், அந்தப் பரம்பரையில் பிறந்த எல்லா குழந்தைகளுக்குக் கட்டாயம் வரும் என்ற நியதி எதுவும் இல்லை. அதுபோல் பெற்றோருக்கு இருந்த / இருக்கிற அலர்ஜிதான் குழந்தைகளுக்கும் இருக்கும் என்று சொல்வதற்கு இல்லை. அப்படியே அலர்ஜி இருந்தாலும், ஒரே மாதிரியான அலர்ஜியாக இருப்பதும் இல்லை. ஒரு குழந்தைக்கு உணவு அலர்ஜி என்றால், இன்னொரு குழந்தைக்குத் தூசு அலர்ஜி ஆகலாம். இதற்கெல்லாம் என்ன காரணம் என்பதை மருத்துவ உலகம் இன்னமும் தேடிக்கொண்டுதான் இருக்கிறது.

அலர்ஜி தொடர்பாக அமெரிக்காவில் எடுக்கப்பட்ட ஒரு மருத்துவ ஆய்வில், ஒரே கருவில் பிறந்த இரட்டைக் குழந்தைகளுக்கு ஒரே மாதிரியான அலர்ஜி ஏற்படுவதற்கு 70 சதவிகிதம் வாய்ப்பு உள்ளது எனவும், இரண்டு வேறுபட்ட கருக்களில் இருந்து உருவான இரட்டைக் குழந்தைகளுக்கு இந்த வாய்ப்பு 40 சதவிகிதம் என்றும் உறுதி செய்யப்பட்டுள்ளது.

பொதுவாக பத்து வயதுக்குள் உள்ள குழந்தைகளுக்கு அலர்ஜி ஏற்படுவது அதிகம். இளம் வயதை நெருங்கும்போது இந்த வாய்ப்பு குறையத்தொடங்குகிறது; வயது கூடக்கூட இன்னும் குறைகிறது. குழந்தைகளைக் கணக்கெடுத்தால், ஆண் குழந்தைகளுக்குத்தான் அலர்ஜி அதிகம். அதேவேளையில் 30 வயதுக்கு மேல் உள்ளவர் களில் பெண்களுக்குத்தான் அலர்ஜி அதிகம் என்கிறது ஓர் ஆய்வு. நாம் வளர வளர நம் உடலில் உள்ள தற்காப்பு மண்டலம் தன்னைத் தானே சரி செய்துகொள்வதால், இந்த மாதிரியான மாற்றங்கள் ஏற்படுகின்றன என்று கண்டறிந்திருக்கிறார்கள்.

தாய்ப்பாலும் அலர்ஜியும்

தாய்ப்பால் சரியாகக் கொடுக்கப்படாத குழந்தைகளுக்கு அலர்ஜி நோய்களின் பாதிப்பு அதிகமாக இருப்பதைப் பல புள்ளிவிவரங்கள் தெரிவிக்கின்றன. என்ன காரணம்? குழந்தைகளுக்கு ஆறு மாதங்கள் வரைத் தாய்ப்பால் கொடுக்க வேண்டியது கட்டாயம். ஆனால், பல குழந்தைகளுக்குத் தாய்ப்பால் தருவதை சீக்கிரத்திலேயே நிறுத்தி விடுகின்றனர். இப்படிப்பட்ட குழந்தையின் குடலில் தடுப்பாற்றல் மண்டல அமைப்புகள் சரியாக வளர்ச்சி அடையாத நிலையில் இருக்கும். அப்போது அந்தக் குழந்தையின் உடலுக்குள் நுழையும் புறப் பொருள்களை அதன் குடலால் சரியாகக் கையாளத் தெரியாது. இதனால் அலர்ஜி ஏற்பட்டுவிடும். பல குழந்தைகளுக்குப் பால் ஒவ்வாமை ஏற்படுவது இப்படித்தான்.

மரபு பாதி! மாசு மீதி!

அலர்ஜி ஏற்படுவதற்கு மரபுத் தன்மை பாதி என்றால், மாசுத் தன்மை மீதி என்று சொல்கிறது உலக சுகாதார நிறுவனம். மிக அசுத்தமான வீடுகளிலும், தொழிற்சாலைகள் நிறைந்த இடங்களிலும், வாகனங்கள் மிகுந்த நகரங்களிலும் வசிப்பவர்களுக்கு அலர்ஜி நோய்கள் ஏற்படுவது அதிகம் என்பதை உலக அளவில் நடைபெற்ற ஆராய்ச்சிகள் நிரூபித்துள்ளன. முக்கியமாக, வாகனப் புகை, தொழிற்சாலைப் புகை, சிகரெட் புகை, பட்டாசுப் புகை, ஜெனரேட்டர் புகை, பூக்களின் மகரந்தங்கள், பூஞ்சைகள், மரத் தூள் எனப் பலதரப்பட்ட கழிவுகள் அலர்ஜியைக் கொடுக்கும்.

வீட்டில் அதிகமாகத் தூசி சேர்ந்திருந்தால், கரிப்புகை / மண்ணெண்ணெய் அடுப்பைப் பயன்படுத்தினால், வீட்டில் புகைபிடிப்பவர் இருந்தால், புகை கக்கும் கொசுச் சுருள்களைப் பயன்படுத்தினால், செல்லப் பிராணிகளை வளர்த்தால், கரப்பான், எலி, பெருச்சாளி படை எடுத்தால் அந்த வீட்டில் உள்ளவர்களுக்கு மாசடைந்த காற்றால் ஏற்படும் பல அலர்ஜி நோய்கள் எளிதில் தாக்கும்.

மனச்சோர்வும் அலர்ஜியும்

இன்று பள்ளி மாணவர்முதல் முதியோர்வரை 'ஸ்ட்ரெஸ்' என்ற வார்த்தையை உச்சரிக்காதவர்கள் இல்லை. அந்த அளவுக்கு மக்கள் பல்வேறு காரணங்களால் மன அழுத்தத்தால் பாதிக்கப்பட்டுள்ளனர். இவர்கள் உடலில் ஒவ்வாமையைத் தூண்டும் Th2 செல்களின் ஆதிக்கம் அதிகமாக இருக்கிறது என்பதாலும், தடுப்பாற்றல் மண்டலத்துக்குத் துணைபோகின்ற ஹார்மோன்களை மன அழுத்தம் தடுப்பதாலும் இவர்களுக்குப் பல வழிகளில் அலர்ஜி ஏற்படும் வாய்ப்புகளும் அதிகரிக்கின்றன.

அலர்ஜி அதிகரிப்பது ஏன்?

இப்போதெல்லாம் குழந்தைகள் தொடங்கி, பெரியவர்கள்வரை எல்லோருக்கும் அலர்ஜி நோய்கள் அதிகரித்து வருவதைக் கண்கூடாகப் பார்க்கிறோம். இதற்குக் காரணம் தெரிந்துகொள்ள வேண்டுமானால் 'சுத்தச்சூழல் கருதுகோளை' (Hygiene Hypothesis) நீங்கள் புரிந்துகொள்ளவேண்டும். நம் ஆரோக்கியம் காக்க சுத்தம் அவசியம் என்பது உண்மைதான் என்றாலும், 100க்கு 100 சுத்தமாக இருந்தாலும் அதில் ஆபத்து இருக்கிறது என்கிறது இந்தக் கருத்தாக்கம். எப்படி?

பரம்பரை அலர்ஜியைத் தடுக்க முடியுமா?

ஓர் அலர்ஜி ஆய்வில், குடும்பப் பாரம்பரியத்தில் அலர்ஜி உள்ள 50 குழந்தைகளைத் தேர்வு செய்து, முதல் 25 குழந்தைகளுக்குத் தாய்ப்பால் மட்டுமே கொடுத்து வளர்த்தார்கள். வீட்டில் செல்லப்பிராணிகள் எதையும் வளர்க்கவில்லை. ஒட்டடை, தூசு என எதுவும் இல்லாமல் வீட்டைச் சுத்தமாக வைத்துக்கொண்டார்கள். இரண்டு ஆண்டுகளுக்குப் பிறகு இந்தக் குழந்தைகளைப் பரிசோதனை செய்ததில் ஆறு பேருக்கு மட்டுமே அலர்ஜி நோய்கள் வருவதற்கு வாய்ப்புகள் தெரிந்தன. அதேநேரத்தில் அடுத்த 25 குழந்தைகளுக்குத் தாய்ப்பால் தரவில்லை. மாசு நிரம்பிய மோசமான சூழலில் வளர்த்தார்கள். அவர்களில் 16 பேருக்கு அலர்ஜி நோய்கள் ஏற்பட வாய்ப்பு இருந்தது. இந்த ஆராய்ச்சியின் முடிவின்படி குழந்தைகளுக்குத் தாய்ப்பால் கொடுப்பதன் மூலமும் நம் சுற்றுச்சூழலைச் சரியான முறையில் பாதுகாப்பதன் மூலமும் பரம்பரை அலர்ஜி உள்ளவர்களுக்கும் அந்த வாய்ப்பைக் குறைத்துவிடலாம் என்ற உண்மை தெரியவந்தது.

நாற்பது வருடங்களுக்கு முன்பு குழந்தைகளிடத்திலும் பெரியவர் களிடத்திலும் பலதரப்பட்ட தொற்றுநோய்கள் பரவலாக இருந்தன. சமீபகாலமாக பல தடுப்பூசிகளைப் போட்டு பல நோய்கள் வராமல் தடுத்துவிட்டோம். இதனால் நம்முடைய தடுப்பாற்றல் மண்டலத்துக்கு வேலைப்பளு குறைந்துவிட்டது. ஒரு புத்திசாலியான பட்டதாரி வேலை இல்லாமல் இருந்தால் என்ன செய்வான்? அவன் வன்முறையிலும் தீவிரவாதப்போக்கிலும் ஈடுபடுவதற்கு அதிக வாய்ப்பு உண்டல்லவா? அதுமாதிரிதான் நம் தடுப்பாற்றல் மண்டலத்தின் Th1, Th2 எனும் உட்பிரிவு செல்களில், நோய்க்கிருமி களை எதிர்த்துப் போராடும் Th1 ஓய்வாக இருக்க, ஒவ்வாமையைத் தூண்டும் Th2 தகாத முறையில் அதீதமாகச் செயல்பட, அது அலர்ஜியில் முடிகிறது.

இதற்கு இன்னொரு உதாரணம் சொல்கிறேன். முப்பது வருடங் களுக்கு முன்புவரை விடுமுறை தினங்களில் குழந்தைகள்

மைதானங்களில் மண்ணில் விளையாடுவார்கள். மண் தூசு, காற்றில் கலந்து வரும் தூசு எனப் பலதரப்பட்ட தூசுகள் உடலுக்குள் செல்லும். ஆனாலும் அப்போதெல்லாம் இப்போதுள்ள அளவுக்கு ஆஸ்துமா உள்ளிட்ட அலர்ஜி நோய்கள் ஏற்படவில்லை. இப்போது குழந்தைகள் மண்ணில் விளையாடுவது குறைந்துவருகிறது. பெரும்பாலானோர் விடுமுறையில் வீட்டில் டிவிக்கு முன்னால்தான் முடங்கிக் கிடக்கின்றனர். உடல் அசுத்தமாக வழி இல்லை. சுத்தமாகத்தான் இருக்கின்றனர். ஆனால் இவர்களுக்குத்தான் அலர்ஜி நோய்கள் அதிகம் என்கிறது புள்ளிவிவரம். என்ன காரணம்?

முன்பு குழந்தைகள் மண்ணில் விளையாடியபோது, சிறிது சிறிதாக தூசுகளும் மாசுகளும் உடலில் நுழைந்தன. அப்போதெல்லாம் அவர்களின் தடுப்பாற்றல் மண்டலம் விழிப்புடன் செயல்பட்டு அவர்களுக்கு முறையான தடுப்பாற்றலைத் தந்தது. இதனால், அலர்ஜி நோய்கள் அவர்களுக்கு அவ்வளவாக ஏற்படவில்லை. ஆனால், அம்மாதிரியான தூசுகளும் மாசுகளும் இன்றைய குழந்தைகளின் உடலுக்குள் நுழைவது குறைந்துவிட்ட காரணத்தால், இவர்களின் தடுப்பாற்றல் மண்டலம் சோம்பேறி ஆகி, தன்னிலை மறந்துவிட்டது. இதனால் தீங்கில்லாத பொருள்களைக்கூட தீங்கு தரும் பொருள்கள் எனத் தவறாகக் கணித்து அலர்ஜியை ஏற்படுத்தி விடுகிறது. இதுதான் இப்போது அலர்ஜி நோய்கள் அதிகரிப்பதற்கு முக்கியக் காரணம்.

அலர்ஜி டேட்டா!

புது தில்லி, இந்தியாவின் தலைநகரம் மட்டும் அல்ல. அலர்ஜி நோய்களுக்கும் அதுதான் தலைநகரம். காரணம், அங்குதான் காற்றில் கலந்து இருக்கும் மாசுகளின் அளவு மிக மிக அதிகம். ஊட்டச்சத்து குறைந்து உள்ளவர்களுக்கும் அடிக்கடி நோய்த் தொற்று ஏற்படுகிறவர்களுக்கும் நோய் எதிர்ப்பு ஆற்றல் குறைந்துள்ள காரணத்தால், அலர்ஜி நோய்களின் தாக்கம் அதிகம். உடல் பருமன் உள்ளவர்களுக்கும் பிட்யூட்டரி, அட்ரீனல் போன்ற ஹார்மோன்களின் குறைபாடு உள்ளவர்களுக்கும் பணி நிமித்தமாக பல இடங்களுக்குச் சென்றுவருபவர்களுக்கும் அலர்ஜி நோய் பாதிப்பு அதிகம். இந்தியாவில் 100 பேரில் குறைந்தது 40 பேருக்கு ஏதாவது ஓர் அலர்ஜி இருக்கிறது. இவர்களில் 5

பேருக்கு ஏதாவது ஓர் உணவு ஒவ்வாமையும் 6 பேருக்கு அடுக்குத் தும்மல் நோயும் இருக்கின்றன. பருவகாலங்கள் மாறும்போது இந்த எண்ணிக்கை இன்னும் அதிகரிக்கிறது. INSEARCH என்ற அலர்ஜி மற்றும் ஆஸ்துமா நோய்கள் குறித்த இந்திய ஆராய்ச்சி நிறுவனம் இந்தப் புள்ளிவிவரங்களைக் கொடுத்திருக்கிறது.

4

அலர்ஜி ஆகும் பொருள்கள்

அலர்ஜியைப் பொறுத்தவரையில், 'சூரியனுக்குக் கீழுள்ள பூமி மண்டலத்தில் எந்தப் பொருளும் யாருக்கு வேண்டுமானாலும் எப்போது வேண்டுமானாலும் அலர்ஜி ஆகலாம்' என்பதுதான் பொதுவான கருத்து. என்றாலும், அலர்ஜிக்குச் சிகிச்சை பெற வருவோரின் புள்ளிவிவரப்படி சில பொருள்கள் மட்டும் 'அலர்ஜி ஆகும் பொருள்கள்' என்று முத்திரை குத்தப்பட்டுள்ளன. அவற்றை மட்டும் இப்போது பார்ப்போம்.

1. வீட்டுத் தூசி

தைப்பொங்கல், தீபாவளி, ஆயுத பூஜை போன்ற திருவிழாக் காலங்களில் அடுக்குத் தும்மல், ஆஸ்துமா போன்ற அலர்ஜி நோய்கள் அதிகரிப்பதைக் கவனித்திருப்பீர்கள். அச்சமயங்களில் வீட்டுப்பொருள்களை ஒதுக்கிச் சுத்தம் செய்வதாலும் வீடுகளுக்கு வெள்ளை அடித்து வர்ணம் பூசுவதாலும் வீட்டுத்தூசிகள், சுண்ணாம்பு, பெயிண்ட் போன்றவை மூச்சுக் காற்றில் கலந்து அலர்ஜியை ஏற்படுத்துகின்றன.

வீட்டில் பயன்படுத்தப்படும் பொருள்கள், தட்டுமுட்டுச் சாமான்கள், சோபாக்கள், படுக்கைகள், போர்வைகள், தலையணைகள்,

தலையணை உறைகள், தரைவிரிப்புகள், திரைச்சீலைகள், சுவர்களில் தொங்கவிடப்படும் படங்கள், கம்பளிகள் போன்ற வற்றில் சேரும் தூசிகள் அளவில் மிக மிகச் சிறியவை; கண்ணுக்குத் தெரியாதவை. இவற்றில் 'டஸ்ட் மைட்' (Dust Mite) என்னும் கண்ணுக்குத் தெரியாத நுண்ணியப் பூச்சிகள் வாழ்கின்றன. இவற்றின் கழிவில் 'புரேட்டியேஸ்' எனும் புரதம் இருக்கிறது. இது காற்றில் கலந்து மூக்கில் தொடங்கி மூச்சுக்குழல்வரையிலும், நம் சருமத்தில் தொற்றி நெற்றியில் தொடங்கி அடிப்பாதம் வரையிலும் பல அலர்ஜி நோய்களை ஏற்படுத்துகிறது.

2. காற்றில் கலக்கும் புகை

காற்றில் கலக்கும் எந்த ஒரு புகையும் அலர்ஜிக்கு மேடை கட்டும். குறிப்பாகக் கூறினால் வாகனப் புகை, தொழிற்சாலைப் புகை, ஜெனரேட்டர் புகை, சிகரெட் புகை, கரி அடுப்புப் புகை, காட்டுப் புகை, பட்டாசுப் புகை, சாம்பிராணி, கற்பூரம் மற்றும் ஊதுவத்திப் புகை, கொசு வத்திகள், புகை கக்கும் கொசு மருந்துச் சுருள்கள், கொசு விரட்டிகள், கடுமையான வாசனை கொண்ட வேதிப்பொருள்கள், வாசனை திரவியங்கள், மரத்தூள் போன்றவை ஆஸ்துமா உள்ளிட்ட பல அலர்ஜி நோய்களுக்கு வரவேற்பு தரும்.

3. வீட்டு வளர்ப்புப் பிராணிகள்

நாய், பூனை, கோழி, புறா, கிளி, முயல், குதிரை போன்ற வளர்ப்புப் பிராணிகளின் ரோமம் மற்றும் அவற்றின் கழிவுகள் காற்றில் கலந்து வந்து நாசி ஒவ்வாமையை ஏற்படுத்தும். பறவைகளின் இறகுகள், எச்சங்கள், ரோமம், குடல் புழுக்கள் போன்றவையும் அலர்ஜிக்குக் காரணமாகின்றன. அமெரிக்கா போன்ற வளர்ந்த நாடுகளில் வீட்டில் வளர்க்கப்படும் செல்லப்பிராணிகளை மிகவும் அதிகமாக நேசிப்பார்கள். அவர்களுக்கு அலர்ஜி பாதிப்பு இருந்தால், நாய், பூனை வளர்ப்பதை விட்டுவிட மனம் இடந்தராமல், அவற்றின் அலர்ஜிக்கான தடுப்பூசிகளைப் போட்டுக்கொள்கிறார்கள். ஆனால், நம் மக்களோ செல்லப்பிராணிகளை வளர்ப்பதில் காட்டும் ஆர்வத்தை அவை தரும் அலர்ஜி நோய்களுக்குத் தடுப்பூசிகளைப் போட்டுக் கொள்வதில் அவ்வளவாக காட்டுவதில்லை. இதனால் தான் நம் நாட்டில் வளர்ப்புப் பிராணிகளால் ஏற்படும் அலர்ஜி நோய்கள் அதிகம்.

கரப்பான் மற்றும் பாச்சான் பூச்சிகளின் கழிவுகள் அலர்ஜி ஆகும் பொருள்களில் முக்கியமானவை. அடுக்ககங்களில் வாழும் ஏழை மற்றும் நடுத்தரக் குடும்பங்களில் வசிப்போருக்கு அலர்ஜி நோய்கள் ஏற்படுவதற்கு கரப்பான் பூச்சிகள்தான் முக்கியக் காரணம். வீட்டில் உள்ள உணவுப் பொருள்களைச் சுகாதாரமுறைப்படி மூடிப் பாதுகாப்பதன் மூலம் கரப்பான் பூச்சிகள் வளர்வதைத் தடுக்க முடியும். மேலும் மூன்று மாதங்களுக்கு ஒருமுறையாவது பூச்சிக் கொல்லி மருந்தைத் தெளித்து வீட்டைச் சுத்தப்படுத்த வேண்டியதும் முக்கியம்.

4. பூக்களின் மகரந்தங்கள்

பலவிதமான பூச்செடிகளின் மகரந்தங்கள் நல்ல வாசம் கொடுக்கும். ஆனால் அவைதான் பலருக்கும் சுவாசம் கெடுக்கும். முதன் முதலாக அலர்ஜியைக் கொடுக்கும் ஒரு பொருளைக் கண்டுபிடித்தார்கள் என்றால் அது மகரந்தம்தான். இதில் நாம் தெரிந்துகொள்ளவேண்டிய முக்கிய விஷயம், காற்றில் கலக்கப்படும் மகரந்தங்களால் மட்டுமே அலர்ஜி நோய்கள் ஏற்படும். தன் மகரந்தச் சேர்க்கை மற்றும் தண்ணீர் மூலமும் பூச்சிகள் மூலமும் மகரந்தச் சேர்க்கை நடைபெறுகிற தாவரங்களின் மகரந்தங்களால் அலர்ஜி ஏற்படுவதில்லை.

பொதுவாக அலர்ஜி உள்ளவர்களுக்கு ஒன்று அல்லது இரண்டு தாவரங்களின் மகரந்தங்கள் வேண்டுமானால் ஒத்துக்கொள்ளாமல் இருக்கலாம். எல்லா தாவரங்களின் மகரந்தங்களும் ஒத்துக்கொள்ளாது என்று சொல்லமுடியாது. என்றாலும் இவர்கள் பூக்களின் வாசனையை நுகரும் பழக்கத்தைக் கைவிடுவது நல்லது. வழக்கத்தில் இளங்காலை நேரத்திலும், அந்திப்பொழுதிலும்தான் மகரந்தங்கள் காற்றில் கலக்கும் என்பதால், இவர்கள் அந்த மாதிரி நேரங்களில் பூந்தோட்டங்களுக்கும் பூங்காக்களுக்கும் செல்வதைத் தவிர்க்க வேண்டும்.

5. காலனாக மாறும் காளான்கள்

உயிருக்கு உலை வைக்கிற ஆஸ்துமா அனுபவங்களில் காலனாக மாறிய காளான்களின் பங்கு அதிகம். முக்கியமாக, ஆஸ்பர்ஜிலஸ், கிளடோஸ்போரியா, அல்டர் நேரியா ஆகிய காளான்கள் பலருக்கும் பலதரப்பட்ட அலர்ஜிகளைக் கொடுக்கின்றன. இவை 'கருவணுக்கள்' என்று சொல்லக்கூடிய 'ஸ்போர்கள்' மூலம் இனவிருத்தி செய்கின்றன. இந்த கருவணுக்கள்தான் அலர்ஜி நோய்களுக்குக் காரணகர்த்தாக்கள்.

ஈரமான சூழலில்தான் காளான்கள் வளரும். எனவே, ஈரப்பதமுள்ள காலணிகள், தரைவிரிப்புகள், வீட்டின் அடித்தளங்கள், வீட்டுமாடிகள், குட்டைச்சுவர்கள், வீட்டுத்தோட்டங்கள், மண் தொட்டிகள், குளிர்சாதனப்பெட்டிகள், ரப்பர் மூடிகள், ரொட்டி போன்ற பேக்கரிப் பண்டங்கள், அழுகிய இலைதழைகள், விலங்கினச் சாணங்கள் போன்றவற்றில் இவை வசிக்கின்றன. அலர்ஜி உள்ளவர்கள் இவற்றைக் கவனத்தில் கொள்வது நல்லது.

உணவால் ஏற்படும் அலர்ஜி பல பேரின் உயிர்களையே மாய்த்திருக்கிறது என்று சொன்னால் நம்புவதற்கு சிரமமாகத்தான் இருக்கும். ஆனால் இது மிகைப்படுத்தப்படாத உண்மை. அதுபற்றி அடுத்த அத்தியாயத்தில்.

வீட்டுத் தூசிப் பூச்சியைத் தடுக்க என்ன வழி?

★ படுக்கை விரிப்புகள் மற்றும் தலையணை உறைகளை வாரம் ஒருமுறை சூடான தண்ணீரில் ஊறவைத்து அலசி சுத்தம் செய்யலாம்.

★ டானிக் அமிலம் கலந்த வேதிப்பொருள்களைக்கொண்டு இந்தப் பூச்சிகளை அழிக்கலாம்.

★ இந்தப் பூச்சிகளை உறிஞ்சி எடுக்க சில சிறப்பு வாக்யூம் கிளீனர்கள் உள்ளன. ஹெப்பா ஃபில்ட்டர் பொருத்தப் பட்ட வாக்யூம் கிளீனர்கள் இவற்றை உறிஞ்சி எடுத்துவிடும்.

★ வீட்டுத்தூசிப் பூச்சிகள் மிதமான வெப்பநிலையில் மட்டுமே வாழும், வளரும். இவற்றுக்கு ஏர்கண்டிஷன் பிடிக்காது. எனவே, வீட்டில் ஏசி போட்டுக்கொண்டால், இப்பூச்சி களின் எண்ணிக்கையைக் குறைக்கலாம்.

★ இந்தப் பூச்சிகள் நம் உடலோடு ஒட்டிக்கொள்ள முடியாத படி சில சிறப்புப் படுக்கை விரிப்புகள் மற்றும் தலையணை உறைகள் சந்தையில் கிடைக்கின்றன. இவற்றைப் பயன் படுத்தினால் நாளடைவில் வீட்டுத்தூசிப் பூச்சிகள் கணிசமாகக் குறைந்துவிடும்.

அலர்ஜி டேட்டா!

✱ வீட்டுத் தூசியில் பூச்சிகள் இருப்பதை 1964-ம் ஆண்டில் கண்டுபிடித்தவர்கள் டச்சுக்காரர்கள். ஒரு கிராம் வீட்டுத் தூசியில் சுமார் 500க்கும் மேற்பட்ட வீட்டுத்தூசிப் பூச்சிகள் இருக்கின்றன என்று கணக்கிட்டிருக்கிறார்கள்.

✱ ஒரு படுக்கையில் சுமார் இரண்டு லட்சம் பூச்சிகள் இருக்கும்.

✱ ஒரு பூச்சி அதிகபட்சமாக 0.3 மில்லி மீட்டர் நீளம்தான் இருக்கும்.

✱ ஆண் பூச்சிகள் அதிபட்சமாக மூன்று வாரங்கள்வரையிலும் பெண் பூச்சிகள் 90 நாட்கள்வரையிலும் வாழும்.

✱ நம் சருமத்திலிருந்து உதிரும் செல்கள்தான் இவற்றுக்கு உணவு.

✱ பெண் பூச்சிகள் தங்கள் கடைசி ஐந்து வார வாழ்க்கையில் சுமார் 100 முட்டைகளை இட்டுவிடும்.

✱ இந்தப் பூச்சி ஒவ்வொன்றும் தங்கள் வாழ்க்கைப் பயணத்தில் 2000 முறை கழிவுகளை வெளியேற்றுகிறது. இவை அத்தனையும் அலர்ஜி நோய்களுக்கு வழிவிடுகின்றன.

5

உணவு அலர்ஜி, உஷார்!

உணவால் ஏற்படும் அலர்ஜி உயிருக்கே உலை வைக்கும் என்று சொன்னேன் அல்லவா? அது உண்மைதான்! பல வருடங்களுக்கு முன்பு 'நியூ இங்கிலாந்து மருத்துவப் பத்திரிக்கை'யில் ஒரு கட்டுரை வந்திருந்தது. அதில் சாதாரண நிலக்கடலையைச் சாப்பிட்டு, எட்டு குழந்தைகள் இறந்துவிட்ட நிகழ்வையும், மேலும் எட்டுப் பேர் இறப்பின் விளிம்பிலிருந்து தீவிர சிகிச்சை மூலம் மீட்கப்பட்டதை யும் அந்தக் கட்டுரை விவரித்திருந்தது. இதுபோன்ற அனுபவங்கள் எனக்கும் உண்டு.

என்னைக் குடும்ப மருத்துவராக ஏற்றுக்கொண்டிருக்கும் ஒரு நண்பர், தன் நான்கு வயது மகனை மிகவும் ஆபத்தான நிலைமையில் என் மருத்துவமனைக்குத் தூக்கிவந்தார். பையனுக்கு நாடித்துடிப்பு இல்லை. ரத்த அழுத்தம் மிகவும் குறைவாக இருந்தது. உடல் சில்லிட்டுப்போயிருந்தது. இன்னும் சில நிமிடங்களில் பையனின் சுவாசம் முழுவதுமாக நின்றுவிடும் என்கிற சூழல். அவசர சிகிச்சை கொடுத்து, ஆக்ஸிஜனைச் செலுத்தி, குழந்தைகள் சிறப்பு மருத்துவமனையில் சேர்த்து, உயிர் பிழைக்க வைத்தேன். அன்றைக்கு என்ன காரணத்தால் அந்த நிலைமை ஏற்பட்டது என்பதைத் தெரிந்துகொள்ளமுடியவில்லை.

அதே பையன் அடுத்த மாதம் ஒருநாள் இதே நிலைமையில் வந்த போதுதான் காரணம் புரிந்தது. அவனுக்கு இவ்வளவு ஆபத்தான சூழலை ஏற்படுத்தியது காளான் குழம்பு அலர்ஜி என்று. முதல் முறையாக அவனுக்கு மயக்கம் ஏற்பட்டதற்கு அன்றைக்கு அவன் சாப்பிட்ட காளான் ஃபிரைதான் காரணம் என்கிற உண்மையும் தெரியவந்தது. அதற்குப் பிறகு அந்தப் பையனுக்குக் காளான் உணவை எவ்விதத்திலும் கொடுக்கக்கூடாது என்று சொல்லி விட்டேன். அவன் இப்போது நல்ல நிலைமையில் இருக்கிறான்.

அலர்ஜி ஆகும் உணவுகள்

ஒவ்வொருவருக்கும் ஒவ்வொரு உணவு அலர்ஜி ஆகும். எனவே, பொதுவான பரிந்துரைகள் எல்லோருக்கும் பொருந்துவதில்லை. ஒருவருக்கு ஒருமுறை ஓர் உணவு அலர்ஜி ஆகிறது என்றால், அந்த உணவை அவர் அடுத்தமுறை சாப்பிடக்கூடாது என்பதுதான் அலர்ஜியைத் தடுக்கும் பொதுவான விதி. என்றாலும், அதிகமாக அலர்ஜி ஆகிற சில பொருள்களை மட்டும் இங்கே குறிப்பிட விரும்பு கிறேன். பால், தயிர், முட்டை, வேர்க்கடலை, இறைச்சி, கடல் மீன்கள், இறால், நண்டு, கருவாடு, கத்திரிக்காய், தக்காளி, எலுமிச்சை, பயறு, உருளைக்கிழங்கு, செர்ரி பழங்கள், சாக்லெட், கோதுமை, கொட்டை வகைகள், செயற்கை குளிர்பானங்கள், வனஸ்பதி ஆகியவைதான் பெரும்பாலும் அலர்ஜியை ஏற்படுத்து கின்றன.

பொதுவாக, அதிகமாக வண்ணம் சேர்க்கப்பட்ட உணவுகள், பதப்படுத்தப்பட்ட உணவுகள், செயற்கை நறுமணம் கலந்த உணவுகள் போன்றவற்றில் அலர்ஜியைத் தூண்டும் ரசாயனங்கள் இருக்கும். உதாரணத்துக்கு, சீன உணவுகளில் ‘அஜினோமேட்டா’ உப்பு சேர்க்கப்படுவதுண்டு. இதிலுள்ள ‘மோனோசோடியம் குளூட்டமேட்’ எனும் வேதிப்பொருளுக்கு அலர்ஜியை உண்டாக்கும் தன்மை அதிகம்.

அலர்ஜி ஆகும் மருந்துகள்

உணவைப்போலவே, எந்த ஒரு மருந்தும் யாருக்கும் அலர்ஜி ஆகலாம். என்றாலும்கூட ஆஸ்பிரின், அனால்ஜின், பெனிசிலின், ஸ்ட்ரெப்டோமைசின், டெட்ராசைக்ளின், இன்சுலின், சல்ஃபா மருந்துகள், மலேரியாவுக்குத் தரப்படும் மருந்துகள், உலோக மருந்துகள், டைக்ளோஃபினாக் போன்ற வலிநிவாரணிகள் ஆகியவை பெருமளவு அலர்ஜியை ஏற்படுத்தக்கூடியவை. இவை தவிர மருந்துகளுக்கு நிறம் கொடுப்பதற்காகப் பயன்படுத்தப்படுகிற

அமராந்த், டார்ட்ரசீன் போன்றவையும், மருந்துகள் கெட்டுப்போகாமல் பாதுகாப்பதற்குப் பயன்படுகிற சோடியம் பென்சோவேட், சல்பர் டை ஆக்சைடு போன்றவையும் அலர்ஜி ஆகலாம்.

அழகு சாதனப் பொருள்கள்

நாம் தினமும் பயன்படுத்தும் சோப்பு, முகப்பவுடர், எண்ணெய், க்ரீம், லோஷன் போன்றவையும் தலைமுடிக்குத் தடவப்படும் சாயப்பொருள்களும் பலருக்கும் அலர்ஜி ஆகின்றன. கழுத்து, கை, கால், காதுகளில் அணியப்படுகிற நிக்கலில் தயாரிக்கப்பட்ட கவரிங் நகைகளால் அலர்ஜி ஆவது நம் நாட்டுப் பெண்களுக்கு அதிகம். ரப்பர், தோல் பொருள்கள் மற்றும் பிளாஸ்டிக் பொருள்களும் இவ்வாறு அலர்ஜியை ஏற்படுத்துவது உண்டு. உதாரணத்துக்கு, வாட்ச் ஸ்ட்ராப்.

தொழில் சார்ந்த அலர்ஜி பொருள்கள்

பஞ்சுத் தூசு, உமித்தூசு, ரைஸ்மில் தூசு, மாவுமில் தூசு, சிமெண்ட் புகை, ஆஸ்பெஸ்டாஸ் புகை, நூற்பாலைக் கழிவு போன்றவை மிக எளிதாக அலர்ஜி ஆகின்றன. ரேஷன் கடை மற்றும் மளிகை சாமான் கடைகளில் காணப்படுகிற நெடியும் தூசியும் அலர்ஜி ஆவது மிகச் சாதாரணம். இதுபோல் உரத் தொழிற்சாலை, அலுமினியம், தாமிரம் போன்றவற்றைத் தயாரிக்கும் உலோகத் தொழிற்சாலைகள், ரசாயனத் தொழிற்சாலை ஆகியவற்றின் தொழிலாளிகள், ஆயத்த ஆடைகளை உற்பத்தி செய்யும் தொழிலாளிகள், தறி நெய்பவர்கள், மரத்தச்சர்கள் ஆகியோருக்கு தொழில் சார்ந்த அலர்ஜி வாய்ப்பு அதிகம்.

கோழிப் பண்ணை, ஆட்டுப் பண்ணை, பறவைப் பண்ணை, ரொட்டிக் கடை, நூல் நிலையம், தானியக் கிடங்கு, பஞ்சு மெத்தை, சோபா தயாரிப்பு இடம், கயிறு, சணல் உற்பத்தி ஆகும் இடம், கம்பளித் தொழிற்சாலை, பீடித் தொழில், பிளாஸ்டிக் கடை, பெயிண்ட் கடை, மரக்கடை, தோல் பதனிடும் தொழில், ரப்பர் தயாரிக்கும் இடம், சலூன் ஆகியவற்றில் வேலை செய்பவர்களுக்கு அங்கு அவர்கள் தொடர்புகொள்ளும் பொருள்களுக்கு ஏற்ப அலர்ஜி ஏற்படுவது வழக்கம்.

சாயப் பட்டறையில் பணி புரிவோர், சோப்பு, சென்ட், பூச்சிக் கொல்லிகள், மருந்து ஆகியவற்றைத் தயாரிப்போர், உலோகம் விற்போர், பட்டுப்பூச்சி வளர்ப்போர், ஆட்டு ரோமம் தயாரிப்போர் மற்றும் விற்போர், மின்சாரப் பொருள்களைத் தயாரிப்போர், மருந்து

தெளிப்போர், எக்ஸ்-ரே படங்களைக் கழுவுபவர்கள் எனப் பலதரப்பட்ட தொழில்களில் ஈடுபடுபவர்களுக்குத் தொழில் சார்ந்த அலர்ஜி ஏற்படுவது நடைமுறை.

கோவில் திருப்பணிகளில் ஈடுபடுகிற அர்ச்சகர்களுக்கு கருவறையில் எப்போதும் பயன்படும் மலர்கள், கற்பூரம், சந்தனம், குங்குமம் போன்ற பூஜைப்பொருள்களும் அலர்ஜியை ஏற்படுத்துகின்றன.

அலர்ஜி ஆகும் விஷக்கடிகள்

பாம்பு கடித்தால்தான் விஷம் என்பதில்லை. சாதாரண எறும்பு, கொசு, தேனி, குளவி, சிலந்தி, வண்டு போன்ற பூச்சி வகைகளில் எது கடித்தாலும் கொட்டினாலும் விஷம்தான். இதனால் அலர்ஜி ஏற்பட்டு தோல் தடிப்பது, அரிப்பு ஏற்படுவது, வீக்கம் உண்டாவது போன்ற சிறு தொல்லைகளில் தொடங்கி உயிரிழப்புவரை பல அலர்ஜி பாதிப்புகள் ஏற்படக்கூடும். குறிப்பாக, காட்டுத் தேனீக்கள் கொட்டி பல பேர் உயிரிழந்து உள்ளனர் என்பதைக் கவனத்தில் கொள்ளவேண்டும்.

இனி, அடுத்தடுத்த அத்தியாயங்களில் விதம்விதமான அலர்ஜி நோய்களைப் பற்றி ஒவ்வொன்றாகப் பார்ப்போம். முதலில் அடுக்குத் தும்மல் குறித்து அடுத்த அத்தியாயத்தில் அறிந்து கொள்வோம்.

அலர்ஜி டேட்டா!

✸ குடலில் 'லேக்டேஸ்' எனும் என்சைம் பல குழந்தைகளுக்குக் குறைவாகச் சுரக்கும். அப்போது புட்டிப்பாலில் உள்ள 'லேக்டோஸ்' சர்க்கரையை முழுவதுமாகச் சிதைக்க முடியாது. இதனால் அவர்களுக்குப் பால் அலர்ஜி ஏற்படும்.

✸ சாக்லெட்டில் 'டைரமின்' எனும் வேதிப்பொருள் உள்ளது. இது சரியான அளவில் குடலில் சிதைக்கப்படாவிட்டால், அலர்ஜி ஆகும்.

✸ கோதுமையில் 'குளூட்டன்' எனும் புரதம் உள்ளது. இது பலருக்கும் அலர்ஜியை ஏற்படுத்தும்.

✸ ஜாம், சாஸ் போன்றவற்றில் சேர்க்கப்படுகிற 'டார்ட்டசீன்', கேசரி பவுடரில் கலக்கப்படுகிற காரீய ஆக்சைட் ஆகியவை அலர்ஜியைத் தூண்டக்கூடியவை.

✸ நிலக்கடலை அலர்ஜி என்றால் அது தொடர்பான அனைத்துப் பொருள்களும் அலர்ஜி ஆகலாம். உதாரணத்துக்கு, கடலை எண்ணெய். கடலை மிட்டாய்.

✸ பால் அலர்ஜி என்றால் பாலில் தயாரிக்கப்படும் தயிர், நெய், வெண்ணெய், பாலாடைக்கட்டி போன்ற எல்லா பல் பொருள்களும் அலர்ஜி ஆகலாம்.

6

தும்மல் தரும் துன்பம்

மழை, பனி, குளிர், கோடை என வெப்பநிலை மாறும்போதெல்லாம் சில நோய்கள் நமக்குத் தொல்லை கொடுப்பது உண்டு. அவற்றுள் தும்மல், மூக்கடைப்பு, மூக்கு ஒழுகுதல், ஆஸ்துமா இளைப்பு போன்றவை ஆரோக்கியத்துக்கு அச்சுறுத்தலாக அமைகின்றன. இவற்றுள் தும்மல் என்பது சாதாரண உடலியல் விஷயம்தான். காற்று தவிர எந்த ஓர் அந்நியப்பொருள் மூக்கில் நுழைந்தாலும், மூக்கு அதை அனுமதிக்க மறுக்கிறது. உடனடியாக அதை வெளியேற்றும் நடவடிக்கைதான், தும்மல்.

தும்மல் ஏற்படுவது எப்படி?

நம் நாசித் துவாரத்தில் சிறிய முடியிழைகள் நிறைய இருக்கின்றன. நாம் உள்ளிழுக்கும் காற்றில் கண்ணுக்குத் தெரியாத தூசு, துகள் இருந்தால், அவற்றை வடிகட்டி அனுப்புவது இவற்றின் வேலை. இங்கு ஒரு மென்மையான சவ்வுப் படலம் உள்ளது. இது நிறமற்ற திரவத்தைச் சுரக்கிறது. அளவுக்கு அதிகமாக தூசியோ, துகளோ மூக்கில் நுழைந்துவிட்டால், இந்தச் சவ்வுப்படலம் தூண்டப்படுகிறது. உடனே அவற்றை வெளித்தள்ளும் முயற்சியில் சவ்வுப் படலம் அதிக அளவில் நீரைச் சுரக்கிறது. இதன் தூண்டுதலால், தொண்டை, வாய், நெஞ்சு, நுரையீரல் மற்றும் வயிற்றுத் தசைகள்

ஒன்று சேர்ந்து மூக்குப்பாதையில் உள்ள காற்றை அழுத்தமாகவும் வேகமாகவும் வெளியே தள்ளுகின்றன. இதுதான் தும்மல். இப்படித் தும்மும்போது அந்த அந்நியப் பொருள் வெளியேற்றப்படுகிறது.

ஒவ்வாமை தும்மல்

சாதாரண தும்மல் சில நிமிடங்களில் நின்றுவிடும். சிலர் தொடர்ச்சியாக நூறு முறைகூட தும்முவார்கள். ஒரு கைத்துண்டு நனைகிற அளவுக்கு மூக்கிலிருந்து நீர் கொட்டும். மூக்கு அரிக்கும். மூக்கின் வழி சளி கொட்டும். இதற்கு 'ஒவ்வாமைத் தும்மல்' (Allergic Rhinitis) என்று பெயர். இன்றைய சூழலில் இதுதான் பலருக்கும் துன்பம் தரும் தும்மலாக இருக்கிறது. உலகில் 40 கோடி பேருக்கு இந்த இன்னல் இருக்கிறது. இந்தியாவில் 30 வயதுக்கு மேற்பட்டவர்களில் 100ல் 30 பேருக்கும், 100 குழந்தைகளில் 40 பேருக்கும் இது பெருந்தொல்லை தருகிறது. மாசடைந்த சூழல் உள்ள இந்தியா உள்ளிட்ட வளரும் நாடுகள் அனைத்திலும் இந்தப் பாதிப்பு வருடந்தோறும் அதிகரித்து வருகிறது.

என்ன காரணம்?

அன்றாட வாழ்வில் நாம் தூசி கலந்த காற்றையே சுவாசித்து வருகிறோம். ஏதேனும் ஓர் அலர்ஜிப் பொருள் நாசி வழியாக நுழையுமானால், மூக்கின் உட்புற சவ்வில் 'உடனடி அலர்ஜி' (Immediate Hypersensitivity) உண்டாகிறது. இதனால் அந்தப் பகுதி விரிந்து சிவந்து வீங்குகிறது. இதன் தூண்டுதலால் அடுக்குத் தும்மல் ஏற்படுகிறது. மூக்கு ஒழுக ஆரம்பிக்கிறது. குறிப்பாக, புல், பூண்டு, மரம், செடிகளின் பூக்களிலிருந்து வரும் மகரந்தங்கள், பார்த்தீனியச் செடியின் முள்ளிழைகள், பூஞ்சைகள் ஒவ்வாமைத் தும்மலை ஏற்படுத்துவதில் முன்னணியில் நிற்கின்றன.

அடுத்ததாக, வீட்டுத்தூசு, ஒட்டடை, பருத்தி, பஞ்சு, சணல், சாக்கு, கயிறு, கம்பளி, சிமெண்ட், சுண்ணாம்பு, ஆஸ்பெஸ்டாஸ், உமி போன்றவற்றின் தூசு மூக்கில் பட்டால் தும்மல் தொடர்ந்து வரும். இதுபோல் குளிர் காற்று, பனி, ஊதுவத்தி, சாம்பிராணி, கற்பூரம், கொசுவத்தி போன்றவற்றின் புகை, வாகனப் புகை, தொழிற்சாலைப் புகை முதலியவை அடுக்குத் தும்மலுக்கு வழிவிடும்.

படுக்கை விரிப்புகள், பாய், தலையணை, மெத்தை ஆகியவற்றில் காணப்படுகின்ற 'ஹௌஸ் மைட்' பூச்சிகள், வீட்டு வளர்ப்புப் பிராணிகளின் உடலிலிருந்து கிளம்பும் செதில்கள், எச்சங்கள் மற்றும் முடிகள் காரணமாகவும் இந்த நோய் வருவதுண்டு.

‘ஹே ஃபீவர்’ என்றால் என்ன?

அடுக்குத் தும்மல் நோய்க்கு ‘ஹே ஃபீவர்’ (Hay fever) என்று ஒரு பட்டப்பெயரும் உண்டு. காரணம், வைக்கோல் தூசு அலர்ஜியாகி தும்மல், சளி, காய்ச்சல் வருவதாக ஆரம்பத்தில் நினைத்தனர். ஆனால், காலப்போக்கில் வைக்கோல் தூசு மட்டுமல்ல, வேறு பல காரணங்களாலும் இந்த நோய் வருகிறது என்பதைப் புரிந்துகொண்டதும், இந்தப் பெயரைப் பயன்படுத்துவதைத் தவிர்த்துவிட்டனர்.

இன்றைய வாழ்க்கைச் சூழலில் மன அழுத்தம்கூட இதற்கு ஒரு காரணம்தான் என்கிறது நவீன மருத்துவம்.

யாருக்கு வாய்ப்பு அதிகம்?

இது பெரும்பாலும் இருபது வயதுக்குள் வந்துவிடுகிறது. பரம்பரைக்கும் இந்த நோய்க்கும் நெருங்கிய தொடர்பு உண்டு. அப்பா, அம்மாவுக்கு இது இருந்தால், வாரிசுகளுக்கு இது ஏற்படுகிற வாய்ப்பு அதிகம். அதிலும் அம்மாவுக்கு இருந்தால், குழந்தைகள் இந்த நோயிலிருந்து தப்புவது கடினம்.

ஜலதோஷமா? அலர்ஜியா?

ஒருவருக்கு ஜலதோஷம் ஏற்பட்டால் சாதாரணமாக ஒரு வாரத்துக்கு நீடிக்கும். முதல் மூன்று நாட்களுக்கு ஜலதோஷம் அதிகரிக்கும். அடுத்த சில நாட்களில் மூக்கு ஒழுகல், தும்மல், மூக்கடைப்பு ஆகியவை குறைந்துவிடும். ஜலதோஷம் என்பது வைரஸ் கிருமிகளால் ஏற்படுவது. தலைவலி, காய்ச்சல் போன்ற துணை அறிகுறிகளும் இதில் காணப்படும். வழக்கத்தில் ஜலதோஷத் தும்மல் சில நிமிடங்களில் நின்றுவிடும்.

ஆனால், அடுக்குத் தும்மல் அப்படியில்லை. காலையில் எழுந்ததும்தான் தும்மல் ஆரம்பிக்கும். தொடர்ச்சியாக தும்முவார்கள். மூக்கு அரிக்கும் என்பதால் இவர்கள் அடிக்கடி மூக்கை உறிஞ்சுவார்கள். கசக்குவார் கள். இதைத் தொடர்ந்து மூக்கு அடைக்கும். சுவாசிக்க சிரமப்படுவார் கள். கண்கள் சிவந்து கண்ணீர் வரும். இவை எல்லாமே காலை பத்து மணிவரைக்கும்தான். வெயில் ஏறியதும்

இந்தத் தொல்லைகள் எல்லாமே சூரியனைக் கண்ட பனிபோல் மறைந்துவிடும். பிறகு வழக்கமான வேலைகளைச் செய்து கொண்டிருப்பார்கள். மறுநாள் காலையில் மறுபடியும் தும்மல் வரும். இது ஒரு தொடர்கதையாகும்.

பூ பூக்கும் காலம் பனி, குளிர் எனக் குறிப்பிட்ட பருவம் முடிந்ததும் நிறைய பேருக்கு இந்தத் தொல்லைகள் மறைந்துவிடும். சிலருக்கு அவர்களுக்கு உண்டான அலர்ஜிப் பொருள் மறைந்ததும் தும்மல் அகன்றுவிடும். வெகு சிலருக்கு மட்டுமே இது வருடம் முழுவதும் தொடரும்.

பாதிப்புகள் என்ன?

இந்த நோயை அலட்சியப்படுத்தினால் அல்லது அரைகுறையாக சிகிச்சை எடுத்தால் சைனஸ் பிரச்னை, ஆஸ்துமா, காதுப் பிரச்னை, மூக்கில் நீர்ச் சதை (Nasal polyp) வளர்வது, அடிக்கடி நெஞ்சில் சளி பிடிப்பது, கண் சிவப்பது, வாய் வழியாக மூச்சு விடுவது, தூக்கம் கெடுவது, உடல் சோர்வு, மனச்சோர்வு எனப் பல தொல்லைகளை துணைக்கு அழைக்கும்.

என்ன பரிசோதனை?

அடுக்குத் தும்மல் உள்ளவர்களுக்கு ரத்த வெள்ளை அணுக்களில் இயோசினோபில் அணுக்களின் அளவு அதிகமாக இருக்கும். 'எலிசா ஐஜிஇ' (ELISA IgE) பரிசோதனையில் ஐஜிஇ அளவு அதிகமாக இருக்கும். ஒவ்வாமைத் தோல் ஊசிப் பரிசோதனையில் (Skin Prick Test) எந்தப் பொருளுக்கு அலர்ஜி உள்ளது என்பதைத் தெரிந்துகொள்ள முடியும். மூக்கு என்டோஸ்கோப்பி பரிசோதனை மூலம் தும்மலுக்கு வேறு காரணம் உள்ளதா என்பதைத் தெரிந்து கொள்ளலாம். உதாரணமாக, மூக்கில் நீர்ச் சதை இருந்தாலும் இம்மாதிரியான தும்மலை ஏற்படுத்தும். முகத்தை சிடி ஸ்கேன் எடுப்பதன் மூலம் மற்ற பாதிப்புகள் ஏற்பட்டுள்ளனவா என்பதைத் தெரிந்துகொள்ள முடியும்.

தும்மலை நிறுத்தும் வழிகள்

ஒரு தேக்கரண்டி சமையல் உப்பை எடுத்துக் கொள்ளுங்கள். அதில் எட்டில் ஒரு பங்கு உப்பை 200 மி.லி. இளம் சூடான தண்ணீரில் கலந்து கொள்ளுங்கள். இப்போது சுத்தமான துணியை அந்தத் தண்ணீரில் நனைத்துப் பிழிந்து கொண்டு, திரி போல சுற்றிக் கொண்டு, ஒவ்வொரு நாசித்துளையிலும் விட்டு மூக்கைச்

சுத்தப்படுத்துங்கள். தும்மல் நிற்கும். அடுத்த வழி இது: ஆவி பறக்கும் வெந்நீரில் 'டிங்சர் பென்சாயின்' மருந்தில் 15 சொட்டு விட்டு ஆவி பிடித்தாலும் தும்மல் கட்டுப்படும்.

'ஸ்டீராய்டு' கலந்த ஸ்பிரே மருந்தை மூக்கில் உறிஞ்சிக் கொண்டால், தும்மல் உடனே நின்றுவிடும். ஆன்டிஹிஸ்டமின் மாத்திரைகள் உதவும். இவற்றில் உறக்கம் தரும் மாத்திரைகள், உறக்கம் குறைந்த மாத்திரைகள் எனப் பலவிதம் உண்டு. மருத்துவர் யோசனைப்படி சாப்பிட வேண்டும். மான்டிலூகாஸ்ட் மாத்திரைகளைச் சாப்பிடலாம். இது தும்மலின் தாக்கத்தைக் குறைக்கும். மூக்கடைப்புக்குச் சொட்டு மருந்தை உபயோகிக்கலாம். ஆனால், மூன்று நாட்களுக்கு மேல் இதைப் பயன்படுத்தக்கூடாது. ஸ்டீராய்டு மாத்திரையைச் சாப்பிட்டால் உடனே தும்மல் குறையும். ஆனால், இதையும் சில நாட்களுக்கு மட்டுமே பயன்படுத்தவேண்டும். தொடர்ந்து சாப்பிட்டால், ஆபத்தான பக்கவிளைவுகள் ஏற்படும்.

தடுப்பது எப்படி?

ஒருவருக்கு எந்தப் பொருள் அலர்ஜி ஆகிறது எனத் தெரிந்து கொண்டு அதைத் தவிர்ப்பதுதான் இந்த நோயைத் தடுப்பதற்கான முக்கிய வழி. உதாரணத்துக்கு, பூக்களின் மகரந்தம் அலர்ஜி என்றால், இளங்காலை நேரத்திலும் அந்திப்பொழுதிலும் வீட்டை விட்டு வெளியில் வருவதை, நடைப்பயிற்சி செய்வதை, பூங்காக்களுக்குச் செல்வதை, தோட்ட வேலை பார்ப்பதைத் தவிர்க்க வேண்டும். பனிக் காலத்திலும், பூ பூக்கும் காலத்திலும் அறை ஜன்னல்களை காலை பத்து மணி வரைக்கும் பூட்டி வைக்க வேண்டும். தூசுதான் காரணம் என்றால் வீட்டையும் அலுவலகத்தையும் சுத்தமாகப் பராமரிக்கவேண்டும். முக்கியமாக, படுக்கை விரிப்புகளும் தலையணைகளும் படுசுத்தமாக இருக்கவேண்டும். வெளியில் செல்லும்போது முகத்தில் மாஸ்க் அணிந்துகொள்வது அல்லது துணி கட்டிக்கொள்வது நல்லது.

எந்தப் பொருளுக்கு அலர்ஜி ஆகிறதோ அதற்கான தடுப்பூசியைப் போட்டுக்கொண்டால், அடுக்குத் தும்மல் குறையும். இதற்கு 'இமுனோதெரபி' என்று பெயர். இதனுடன் ஒவ்வாமைத் தடுப்பு மாத்திரைகளையும் பயன்படுத்தலாம். பிராணாயாமம் போன்ற மூச்சுப் பயிற்சிகள், யோகாசனம், தியானம் போன்றவையும் இந்த நோயைத் தடுக்க உதவுகின்றன.

அலர்ஜி டேட்டா!

✱ ஒரு சாதாரண தும்மலின் வேகம் மணிக்கு 20 மீட்டர்கள்.

✱ ஒருமுறை தும்மும்போது மூக்கிலிருந்து ஒரு லட்சம் கிருமிகள் காற்றில் கலக்கின்றன.

✱ ஒருவர் தும்மும்போது அவரைச் சுற்றி ஐந்து அடி தூரத்துக்குக் கிருமிகள் பரவும்.

✱ இங்கிலாந்தைச் சேர்ந்த டோனா கிரிஃபித் தொடர்ந்து 978 நாட்களுக்குத் தொடர்ந்து தும்மி சாதனை செய்திருக்கிறார்.

✱ உறக்கத்தில் தும்மல் வராது. தும்மலை உருவாக்கும் நரம்புகளும் உறக்கத்தில் இருப்பதுதான் இதற்குக் காரணம்.

✱ தும்மும்போது கண்களை மூடுவதைத் தடுக்கமுடியாது.

✱ தும்மலை உண்டாக்கிய அலர்ஜிப் பொருள் மூக்கிலிருந்து விலகும்வரை தும்மல் நிற்காது.

✱ தும்மும்போது இதயத்துடிப்பு நின்றுவிடும் என்ற கருத்து பலருக்கும் உள்ளது. இது தவறு. தும்மலின்போது இதயத் துடிப்பின் வேகம் மட்டும் சிறிது குறையலாம்.

7

சைனஸ் தலைவலி

மழைக்காலம் தொடங்கிவிட்டால் போதும் ஜலதோஷம், மூக்கடைப்பு, ஆஸ்துமா, சளி, இளைப்பு என்று ஆரோக்கியப் பிரச்னைகள் வரிசைகட்டி வந்துவிடும். அதிலும் மூக்கில் ஏற்படும் சளிப் பிரச்னையை அலட்சியப்படுத்தினால் அது சைனஸ் பிரச்னையாக உருவெடுத்து ரொம்பவே சிரமப்படுத்தும்.

'சைனஸ்' என்றால் என்ன?

நம் மூக்கைச் சுற்றி நான்கு ஜோடி காற்றுப் பைகள் (Para Nasal Sinuses) உள்ளன. இதற்குப் பெயர்தான் சைனஸ். மூக்கின் உட்புறமாக புருவத்துக்கு மேலே நெற்றியில் உள்ள சைனஸ், ஃபிரான்டல் சைனஸ். மூக்குக்கு இருபுறமும் கன்னத்தில் உள்ள சைனஸ், மேக்ஸிலரி சைனஸ். கண்ணுக்கும் மூக்குக்கும் நடுவில் உள்ளது, எத்மாய்டு சைனஸ். கண்களுக்குப் பின்புறம் மூளையை ஒட்டி உள்ள சைனஸ், பீனாய்டு சைனஸ். இவற்றில் ஏதாவது ஒன்றில் பாதிப்பு ஏற்பட்டாலும் பிரச்னைதான்.

நாம் சுவாசிக்கும் காற்றை தேவையான வெப்பத்தில் நுரையீரலுக்குள் அனுப்பும் முக்கியமான வேலையை இந்த சைனஸ் காற்றுப் பைகள் செய்கின்றன. சாதாரணமாக சைனஸ்

அறைகளிலிருந்து சிறிதளவு திரவம் சுரந்து, மூக்குக்கு வரும். மூக்கில் 'மியூகஸ் மெம்பரேன்' எனும் சளிச் சவ்வு இருக்கிறது. சைனஸ் திரவம் இதை ஈரப்படுத்திக்கொண்டே இருக்கிறது. இதன் பலனால், வெளிக்காற்று வெப்பத்துடன் நுழைந்தாலும், அது ஈரப்படுத்தப்பட்டு நுரையீரலுக்குள் அனுப்பப்படுகிறது. இந்த சைனஸ் அறைகளின் திரவ வடிகால்கள் அடைபட்டு, அங்கு திரவம் தேங்கும்போது, அங்கு அழற்சி உண்டாகும். இதன் விளைவால் சைனஸ் பிரச்னை (Sinusitis) ஏற்படுகிறது.

சைனஸ் பாதிப்பு ஏன்?

ஆரோக்கியக் குறைவு, சுற்றுச்சூழல் மாசு, ஒவ்வாமை இந்த மூன்றும்தான் சைனஸ் பிரச்னைக்கு முக்கியக் காரணங்கள். பாக்டீரியா, வைரஸ், பூஞ்சைத் தொற்றுகள் மூலமாகச் சளி பிடிக்கும் போது சைனஸ் தொல்லை கொடுக்கிறது. மூக்குத் துவாரத்தை இரண்டாகப் பிரிக்கிற நடு எலும்பு வளைவாக இருப்பது, 'பாலிப்' என அழைக்கப்படுகிற மூக்குச் சதை வளர்ச்சி ஆகியவை இந்தப் பிரச்னையைத் தூண்டுகின்றன.

அழற்சியே அடிப்படை

மாசடைந்த காற்றில் கலந்து வரும் தொற்றுக் கிருமிகள் சைனஸ் அறைக்குள் புகுந்துவிடும்போது, அங்குள்ள 'சளிச் சவ்வு' வீங்கி அழற்சியாகும். இதனால் அளவுக்கு அதிகமாக நிணநீர் திரவம் சுரந்து, மூக்கு வழியாக வெளியேறும். ஜலதோஷம் பிடித்தால், தூசு, புகை, வாசனை திரவியம் காரணமாக ஒவ்வாமை ஏற்பட்டால், மிகவும் குளிர்ச்சியானதைச் சாப்பிட்டால், பனியில் நடந்தால், மழையில் நீண்ட நேரம் நனைந்தால் இதே நிலைமைதான்.

சைனஸ் அறையில் அழற்சி அதிகமாகும்போதும், மூக்கில் சதை வளரும்போதும் இந்த நீர் வெளியேற முடியாத அளவுக்கு மூக்கு அடைத்துக்கொள்ளும். அப்போது மூக்கை உறிஞ்சிக்கொண்டே இருப்பார்கள். இதனால் சைனஸ் அறையில் அழுத்தம் அதிகமாகி நிலைமை இன்னும் மோசமடையும்.

அறிகுறிகள் என்ன?

அடிக்கடி தும்மல், மூக்கு ஒழுகல், மூக்கடைப்பு, தலைவலி ஆகியவை சைனஸ் பாதிப்பின் பொதுவான அறிகுறிகள். முகம் கனமாகத் தெரியும். கண்ணுக்குக் கீழே, கன்னம், முன்நெற்றி ஆகிய இடங்களைத் தொட்டால் வலி ஏற்படும். தலையைக் குனிந்தால்

தலை பாரம் அதிகரிக்கும். இவற்றுடன் காய்ச்சல், தொண்டையில் சளி கட்டுவது, இரவில் இருமல் வருவது, உடல் சோர்வு போன்றவையும் சேர்ந்துகொள்ளும். பற்கள்கூட வலிக்கலாம். மஞ்சள் அல்லது பச்சை நிறத்தில் கட்டியான மூக்குச் சளி வெளியேறும். சைனஸ் பாதிப்பு நீடித்தால், சளியில் துர்நாற்றம் வீசும். வாசனை தெரியாது; ருசியை உணர முடியாது.

நோய் வகைகள்

1. திடீர் சைனஸ் அழற்சி (Acute sinusitis). இது திடீரெனத் தாக்கும். 2 வாரங்கள் இதன் பாதிப்பு இருக்கும். ஒரு சிலருக்கு அதிகபட்சமாக 4 வாரங்கள்வரை பாதிப்பு நீடிக்கும்.

2. மிதமான சைனஸ் அழற்சி (Subacute sinusitis). இதுவும் திடீரெனத் தாக்குவதுதான். இதன் பாதிப்பு 8 வாரங்கள்வரை இருக்கும்.

3. நீடித்த சைனஸ் அழற்சி (Chronic sinusitis). இதன் பாதிப்பு 8 வாரங்களுக்கு மேல் நீடிக்கும்.

4. தொடரும் சைனஸ் அழற்சி (Recurrent sinusitis). ஒரு வருடத்தில் 3 முறைக்கு மேல் சைனஸ் தொல்லை வந்திருந்தால் அதை 'தொடரும் சைனஸ் அழற்சி' என்கிறோம்.

பரிசோதனைகள் என்ன?

சைனஸ் தொல்லையைக் கண்டறிய முகத்தை எக்ஸ்-ரே எடுத்துப் பார்ப்பது வழக்கம். இதில் சந்தேகம் வரும்போது சி.டி.ஸ்கேன் அல்லது எம்.ஆர்.ஐ.ஸ்கேன் எடுத்துப் பார்க்கலாம். இப்போது மூக்கு எண்டோஸ்கோப்பி (Nasal endoscopy) பரிசோதனை மூலமும் சைனஸ் பாதிப்பைத் துல்லியமாகக் கணிக்க முடிகிறது. இவற்றுடன் வழக்கமான ரத்தப் பரிசோதனைகள், ஒவ்வாமையைக் கண்டறியும் பரிசோதனைகள், சளிப் பரிசோதனைகள் ஆகியவையும் மேற்கொள்ளப்படுவதுண்டு.

என்ன சிகிச்சை?

இந்தப் பிரச்னைக்கு ஒவ்வாமைதான் முக்கியக் காரணியாக இருப்பதால், அந்த ஒவ்வாமையை அகற்றும் சிகிச்சையை முதலில் மேற்கொள்ள வேண்டும். மூக்கு ஒழுகுவதை நிறுத்த ஆன்ட்டிஹிஸ்டமின் மாத்திரைகளைச் சாப்பிடலாம். மூக்கடைப்பைப் போக்க, மூக்கில் சொட்டு மருந்து விடுவது அவசரத்துக்கு உதவும். ஆனால் இதையே தொடர்ந்து

மேற்கொள்வது நல்லதல்ல. சொட்டு மருந்து விடுவதால், ஆரம்பத்தில் நிவாரணம் கிடைப்பது போலிருக்கும். ஆனால், நாளடைவில் இதனால் நிவாரணம் கிடைக்காது.

இதற்குப் பதிலாக, ஸ்டீராய்டு கலந்த மூக்கு ஸ்பிரேயர்களைப் பயன்படுத்தலாம். இவற்றால் பக்கவிளைவு எதுவும் ஏற்படாது. மூக்கின் வெளிப்புறத்திலிருந்து இவற்றைப் பயன்படுத்துவதால், ரத்தத்தில் ஸ்டீராய்டு மருந்து கலப்பதற்கு வாய்ப்பில்லை. மருத்துவர் சொல்லும் கால அளவுக்கு இந்த மூக்கு ஸ்பிரேயர்களைப் பயன்படுத்த வேண்டியது முக்கியம்.

மூக்கடைப்பைப்போக்க டிங்க்சர் பென்சாயின், மென்தால், யூகலிப்டஸ் மருந்து போன்றவற்றைப் பயன்படுத்தி காலையிலும், இரவிலும் நீராவி பிடிப்பது நல்லது. இதனால் மூக்கில் உள்ள சளி இளகி சுலபமாக வெளியேறிவிடும். தொற்றுக் கிருமிகள் இருப்பதாகத் தெரிந்தால் தகுந்த ஆன்ட்டிபயாடிக் மருந்துகளைச் சாப்பிடலாம். இவற்றை காலமுறைப்படி மருத்துவர் சொல்லும் கால அளவுக்குச் சாப்பிடவேண்டும். நிவாரணம் கிடைக்கிறது என்பதற்காக நோயாளி சுயமாக அடிக்கடி இந்த ஆன்ட்டிபயாடிக் மருந்துகளைச் சாப்பிடக்கூடாது.

எண்டோஸ்கோப்பி உதவும்!

முன்பெல்லாம் சைனஸ் திரவத்தை வெளியேற்ற மூக்கினுள் துளை போடுவார்கள். இதற்குப் பயந்தே பலரும் சிகிச்சைக்கு வரத் தயங்குவார்கள். இந்த நிலைமை இப்போது இல்லை. எண்டோஸ்கோப்பி உதவியுடன், 'பலூன் சைனுபிளாஸ்டி' (Balloon sinuplasty) எனும் நவீன சிகிச்சை முறையில், வலி இல்லாமல் மிகத் துல்லியமாக சிகிச்சை அளித்து முழு நிவாரணம் அளிக்க முடியும். மூக்கின் நடு எலும்பு வளைவு, சதை வளர்ச்சி போன்ற வற்றையும் இந்தக் கருவி மூலம் சிகிச்சை தர முடியும்.

தீய விளைவுகள் என்ன?

ஒருவருக்கு சைனஸ் தொல்லை நீடிக்குமானால், அல்லது அவர் சரியாக சிகிச்சைமுறைகளைக் கடைப்பிடிக்கவில்லை என்றால், தன்னுடைய அன்றாடப் பணிகளை உற்சாகத்துடன் செய்ய முடியாது. கூர்மையான பணிகளில் அதிக கவனம் செலுத்தமுடியாது. அதனால் பணிகளின் தரம் குறையும். மேலும். சைனஸ் பாதிப்பு மிகவும் மோசமானால், சமயங்களில் அங்குள்ள நோய்த்தொற்று மூளைக்கும் பரவிவிடும். அப்போது மூளையில் அழற்சி ஏற்பட்டு,

மூளைக் காய்ச்சல், மூளை உறைக் காய்ச்சல், மூளையில் சீழ் கட்டுவது போன்ற ஆபத்தான நோய்களுக்கு வழிவிடும்.

தடுப்பது எப்படி?

சுயசுத்தம், சுற்றுப்புறச் சுகாதாரம் பேணுவதன் மூலம் கிருமித் தொற்றிலிருந்து பாதுகாத்துக்கொள்ள வேண்டும். சமச்சீரான உணவைச் சாப்பிட்டு ஆரோக்கியம் காக்கவேண்டும். அடிக்கடி ஜலதோஷம் பிடிப்பதைத் தவிர்க்கவேண்டும். ஜலதோஷம் உள்ளவர்களின் அருகிலிருப்பதைத் தவிர்க்கவேண்டும். ஒவ்வாமைப் பொருளைத் தவிர்க்கவேண்டும். தூசு, புகைக்கு ஒவ்வாமை உள்ளவர்கள் வாகனத்தில் செல்லும்போது முகத்தில் சுகாதார மாஸ்க் அணிந்து கொள்ளலாம். தினமும் குறைந்தது அரை மணி நேரம் பிராணாயாமம் செய்யவேண்டும். தேவையான அளவுக்குத் தண்ணீர் குடிக்கவேண்டும். ஐஸ், ஐஸ்கிரீம் போன்ற குளிர்ச்சியான உணவுப் பதார்த்தங்களை அவசியம் தவிர்க்கவேண்டும்.

செய்யக் கூடாதவை

★ குளிர்பானங்களைக் குடிக்கவே கூடாது.

★ பனியில் அலையக் கூடாது.

★ புகைபிடிக்கக் கூடாது.

★ புகையுள்ள இடங்களில் வசிக்கக் கூடாது.

★ மூக்குப்பொடி போடக் கூடாது.

★ அசுத்தமான நீர்நிலைகளில் குளிக்கக் கூடாது.

★ மூக்கை பலமாக சிந்தக் கூடாது.

★ விரல்களால் அடிக்கடி மூக்கைக் குடையக் கூடாது.

★ மூக்கடைப்பைப் போக்கும் இன்ஹேலரை அடிக்கடி பயன்படுத்தக் கூடாது. அப்படிச் செய்தால், சைனஸ் அறையில் அழுத்தம் அதிகமாகி, அழற்சி தீவிரமடையுமே தவிர, குறையாது. இதுபோல் 'வேப்பரப்' களிம்பை அளவுக்கு மேல் மூக்கின் மீது தடவினால், மூக்கில் உள்ள ரத்தக் குழாய்களில் வெடிப்பு ஏற்பட்டு மூக்கு புண்ணாகிவிடும்.

8

ஆஸ்துமா அவதி

அலர்ஜியால் ஏற்படுகிற பாதிப்புகளில் ஆஸ்துமாவுக்கு முக்கிய இடமுண்டு. மழை, குளிர், பனி போன்ற பருவங்களில்தான் ஆஸ்துமா வரும் என்பது இல்லை. அலர்ஜி இருப்பவர்களுக்கு கோடை உட்பட எல்லா பருவத்திலும் இது வரலாம். வயது வித்தியாசமின்றி எல்லோரையும் பாதிக்கிற நோய் இது. இந்தியாவில் சுமார் 20 கோடிப் பேர் ஆஸ்துமாவால் அவதிப் படுகின்றனர். பத்து வயதுக்கு உட்பட்ட குழந்தைகளில் சுமார் 15 சதவிகிதம் பேருக்கு ஆஸ்துமா பாதிப்பு உள்ளது.

ஆஸ்துமா பாதிப்புக்கான காரணங்கள்

ஒவ்வாமையும் பரம்பரைத் தன்மையும்தான் ஆஸ்துமா வருவதற்கு முக்கியக் காரணங்கள். உணவு, உடை, தூசு, புகை, புகைபிடித்தல், தொழிற்சாலைக் கழிவுகள் போன்றவை ஒவ்வாமையைத் தூண்டும் போது ஆஸ்துமா வருகிறது. குளிரான தட்பவெப்பநிலை, கடுமை யான வெப்பம் இந்த இரண்டுமே ஆஸ்துமாவை வரவேற்பவை.

நுரையீரலில் நோய்த்தொற்று இருந்தால் அது ஆஸ்துமாவைத் தூண்டும். அடிக்கடி சளி பிடிப்பது, அடுக்குத் தும்மல், மூக்கு ஒழுகல், மூக்கடைப்பு, வறட்டு இருமல் போன்றவற்றுக்கு

முறையாக சிகிச்சை எடுக்காதபட்சத்தில் இவை ஆஸ்துமாவுக்கு வழி அமைத்துவிடும். டான்சில் வீக்கம், அடினாய்டு வீக்கம், சைனஸ் தொல்லை, பிரைமரி காம்ப்ளக்ஸ் போன்ற நோய்களால் குழந்தைகளுக்கு ஆஸ்துமா வருகிறது.

இவைதவிர, கவலை, பதற்றம், மன அழுத்தம், கோபம், பயம், அதிர்ச்சி, பரபரப்பு, மனகுழப்பம், அதிகமாக உணர்ச்சிவசப்படுதல் போன்ற மனம் சார்ந்த பிரச்னைகள் ஆஸ்துமாவை வரவேற்கும். நாம் சாப்பிடும் சில மருந்துகளால்கூட ஆஸ்துமா வரலாம். சிலருக்கு விஷக்கடிகள் காரணமாகவும், இன்னும் சிலருக்கு அதிகமாக உடற்பயிற்சி செய்வதாலும் ஆஸ்துமா வருகிறது.

ஏற்படும் விதம்

இதுவரை சொன்ன காரணங்களில் ஒன்றோ பலவோ சேர்ந்து நுரையீரலில் உள்ள மூச்சுக்குழல் (Bronchus) தசைகளைச் சுருக்கி விடுகின்றன. அப்போது மூச்சுச் சிறுகுழல்கள் (Bronchioles) இன்னும் அதிகமாகச் சுருங்கிவிடுகின்றன. அதேவேளையில் மூச்சுக்குழலில் உள்சவ்வு வீங்கிவிடுகிறது. இந்தக் காரணங்களால் மூச்சு செல்லும் பாதை சுருங்கி விடுகிறது.

இந்த நேரத்தில் வீங்கிய மூச்சுக்குழல் சவ்விலிருந்து நீர் சுரக்கிறது. இது ஏற்கெனவே சுருங்கிப்போன மூச்சுப்பாதையை இன்னும் அதிகமாக அடைத்துவிடுகிறது. இதனால் மூச்சு விடுவதில் சிரமம் உண்டாகிறது. அதிலும் முக்கியமாக, மூச்சை வெளிவிடுவதில்தான் மிகவும் சிரமமாக இருக்கும். ஆஸ்துமா உள்ளவர்களுக்கு இளைப்பு, இருமல், மூச்சுத்திணறல் போன்ற தொல்லைகள் ஏற்படுவது இதனால் தான். அடுத்து, மிகக் குறுகிய மூச்சுக்குழல்கள் வழியாக மூச்சை வெளிவிடும்போது 'விசில்' (வீசிங்) போன்ற சத்தம் கேட்பதும் உண்டு.

என்ன சிகிச்சை?

'ஸ்பைரோமெட்ரி' (Spirometry) எனும் பரிசோதனை மூலம் மூச்சுக்குழலின் சுருக்க அளவைத் தெரிந்துகொண்டு அதற்கேற்ப சிகிச்சைமுறைகளை அமைத்துக்கொள்வது நடைமுறை. மார்பை எக்ஸ்-ரே, சிடி படம் எடுத்தல், ரத்தப் பரிசோதனை மற்றும் தோல் பரிசோதனை மூலம் அலர்ஜிக்குக் காரணம் தெரிந்து அவற்றைத் தவிர்ப்பதும், தடுப்பு மாத்திரைகளைச் சாப்பிடுவதும் இந்த நோயைத் தடுத்துக்கொள்ள உதவும் வழிமுறைகள்.

இன்றைய நவீன மருத்துவ முன்னேற்றத்தில் மூச்சுக்குழாயை விரிவு படுத்துவது, அதன் வீக்கத்தைக் கட்டுப்படுத்துவது, ஒவ்வாமையைத் தடுக்கத் தடுப்பூசிகளைப் போட்டுக்கொள்வது, நோய்த்தொற்றைக் குணப்படுத்துவது எனப் பலதரப்பட்ட மருந்துகள் கிடைக்கின்றன. முக்கியமாக, ‘இன்ஹேலர்’ மற்றும் ‘நெபுலைசர்’ சிகிச்சைகள் இப்போது பிரபலம்.

ஆஸ்துமா உள்ளவர்களுக்கு ‘இன்ஹேலர்’ ஒரு வரப்பிரசாதம். ஆஸ்துமாவுக்கு மாத்திரை, மருந்து, ஊசிகளைப் பயன்படுத்தும் போது, அவை ரத்தத்தில் கலந்து நுரையீரலைச் சென்றடையும். அதன் பின்புதான் அவை பலன் தரும். இதற்குச் சிறிது நேரம் ஆகலாம். ஆனால், இன்ஹேலரைப் பயன்படுத்தும்போது அதிலிருக்கும் மருந்து நேரடியாக நுரையீரலுக்குச் சென்று மூச்சுக்குழல் தசைகளைத் தளர்த்திவிடும். இதன் பலனால் மூச்சுத்திணறல் உடனடியாக கட்டுப்படும்.

தவிர்ப்பது எப்படி?

ஆஸ்துமாவை முழுவதுமாகக் குணப்படுத்த முடியாது. இதைக் கட்டுப்படுத்தவே வழிகள் உள்ளன.

ஆஸ்துமா உள்ளவர்களுக்கு வீடு, அலுவலகம், தெரு, சுற்றுச் சூழல்... இவை எல்லாமே சுத்தமாக இருக்கவேண்டியது மிக மிக அவசியம். தூசு, குப்பை மற்றும் அழுகிய உணவுப்பொருள்களை உடனடியாக அப்புறப்படுத்திவிடவேண்டும். வீட்டில் தேவை யில்லாமல் சாமான்களை அடுக்கிவைக்கக்கூடாது. சுவர்களில் படங்களைத் தொங்கப்போடக்கூடாது. இவற்றில் ஒட்டடை சேரும் வாய்ப்பு அதிகம். ஒட்டடை இவர்களுக்குப் பரம எதிரி.

படுக்கை விரிப்புகளையும் தலையணை உறைகளையும் அடிக்கடி மாற்றிவிடவேண்டும். இந்த இரண்டும் சுத்தமில்லாவிட்டால் அதில் ‘மைட்’ எனும் கண்ணுக்குத் தெரியாத பூச்சிகள் புழங்கும். அவை ஆஸ்துமாவைத் தூண்டும்.

இவர்கள் கம்பளிப் போர்வையைப் பயன்படுத்தக்கூடாது. சில்லென்ற காற்று நேரடியாக அறைக்குள் வருவதைத் தடுக்க வேண்டும். இவர்கள் சுழல்விசிறிக்கு நேராகப் படுக்கக்கூடாது. வாசனை திரவியங்களை அதிகமாகப் பயன்படுத்தக்கூடாது. ஊதுவத்திகள், கொசுவிரட்டிகள், சாம்பிராணிப் புகை, கற்பூரம் போன்றவற்றால்கூட ஆஸ்துமா அதிகமாகலாம். எனவே, இவற்றைப் பயன்படுத்தாமல் இருப்பது நல்லது.

ஒட்டடை எடுத்தல், வெள்ளை அடித்தல், வர்ணம் பூசுதல் போன்ற வற்றை ஆஸ்துமா உள்ளவர்கள் கண்டிப்பாகச் செய்யக்கூடாது. இரண்டு சக்கர வாகனங்களில் வெளியில் செல்வதாக இருந்தால் முகத்தில் சுகாதார மாஸ்க் அணிந்துகொள்ளவேண்டும்.

பூக்களின் மகரந்தங்கள் ஆஸ்துமாவைத் தூண்டுகிற முக்கியமான காரணி. ஆகவே பூக்கள் பூக்கின்ற இளங்காலை நேரத்தில் தோட்டம் பக்கம் போகக்கூடாது. இதுபோல் வளர்ப்புப்பிராணிகளும் இவர்களுக்கு ஆகாது. பூனை, கோழி, வாத்து, நாய், புறா, கிளி போன்ற சில பிராணிகளின் இறகு, ரோமம், கெட்ட வாசனை மற்றும் கரப்பான் பூச்சியின் எச்சம் ஆஸ்துமாவுக்கு வரவேற்பு தருபவை.

பஞ்சுத் தூசு, ரைஸ்மில் தூசு, மாவுமில் தூசு, சிமெண்ட் புகை, ஆஸ்பெஸ்டாஸ் புகை, நூற்பாலைக் கழிவு போன்றவை ஆஸ்துமா உள்ளவர்களுக்கு ஆகாதவை. இந்த மாதிரி இடங்களில் வசிப்பதையும், வேலை செய்வதையும் இவர்கள் தவிர்க்கவேண்டும்.

உணவில் கவனம்!

எந்த உணவினால் ஆஸ்துமா வருகிறது என்பதைக் கண்டுபிடித்து, அந்த உணவைத் தவிர்த்தால் ஆஸ்துமா அடிக்கடி தொல்லை தராது. ஆஸ்துமா உள்ளவர்கள் தவிர்க்க வேண்டிய பொதுவான உணவுகள் இவை: பால், தயிர், முட்டை, மீன், கருவாடு, நண்டு, கடல் மீன், கடலை, பருப்பு வகைகள், கொட்டை வகைகள், வாழைப்பழம், திராட்சைப்பழம், எலுமிச்சை, நெல்லிக்காய், கத்திரிக்காய், கொய்யா, தக்காளி, டால்டா, குளிர் பானங்கள், சர்பத், ரோஸ்மில்க், லஸ்ஸி, கோக் பானங்கள்.

வயிறு முட்ட சாப்பிடக்கூடாது. எளிதாக செரிக்கும் வகையில் உணவு இருக்கவேண்டும். உறங்கச் செல்வதற்கு 2 மணி நேரத்துக்கு முன்பு இரவு உணவை முடித்துக்கொள்ளவேண்டும். இவர்கள் இளஞ்சூடான தண்ணீரை அடிக்கடி அருந்தினால் நுரையீரலில் சேருகின்ற சளி உடனுக்குடன் வெளியேற வாய்ப்பு கிடைக்கும். நீராவி பிடிப்பதும் நல்ல பலன் தரும்.

புகை - பெரிய பகை!

ஆஸ்துமாவைத் தடுக்க விரும்பினால் புகைப்பதை முற்றிலும் தவிர்க்க வேண்டும். புகை பிடிப்பவர்களுக்கு மத்தியில் செல்லக் கூடாது. வீட்டில் விறகு அடுப்பைப் பயன்படுத்தக் கூடாது. ஆஸ்துமா உள்ளவர்களுக்கு மதுவும் ஆகாது. மதுவில் இருக்கிற 'மால்ட்' எனும் பொருள் ஆஸ்துமாவைத் தூண்டுகிற காரணி.

மூச்சுப்பயிற்சி முக்கியம்!

தினமும் காலையில் எழுந்ததும் முறைப்படி பிராணாயாமம் செய்வது நல்லது. அல்லது காற்றுத் தலையணைக்குள் காற்றை ஊதி நிரப்பும் பயிற்சியைச் செய்யலாம். பெரிய ரப்பர் பலூனை ஊதிப் பயிற்சி செய்யலாம். சிறிய ஊதுகுழல் மூலம் தண்ணீரில் குமிழ்கள் வருமாறு ஊதிப் பயிற்சி செய்யலாம். இதன் மூலம் நுரையீரலின் திறனை அதிகப்படுத்த முடியும்.

‘ஆஸ்துமா தெர்மோபிளாஸ்டி’ சிகிச்சை.

ஆஸ்துமா உள்ளவர்களுக்குத் தரப்படுகிற ஒரு நவீன சிகிச்சை இது. ‘பிராங்கோஸ்கோப்பி’ எனும் கருவியைப் பயன்படுத்தி இது செய்யப்படுகிறது. கணினியுடன் இணைக்கப்பட்ட நீண்ட குழாயின் ஒரு முனையில் ஒரு சிறிய கேமிரா பொருத்தப் பட்டிருக்கும். பிவிசி ரப்பர் குழாயில் பல அடுக்கு மின்சார வயர்களைச் செலுத்தி இருப்பதைப்போல, இதனுள், வெளிச்சம் செலுத்த, காட்சிகளைப் பிரதிபலிக்க என்று அடுக்கடுக்கான வேலைகளைச் செய்ய பல வயர் அமைப்புகள் உள்ளன. நுரையீரலின் உள்ளே இருக்கும் உறுப்புகளுக்கும் குழாய்களுக்கும் ஏற்ப வளைந்து, நெளிந்து செல்லும் வகையில் நெகிழ்வுத்தன்மை உடையது. இதை நுரையீரலுக்குள் நுழைத்து மருத்துவர் நேரடியாக அந்த உறுப்பைப் பார்த்து சிகிச்சை தர முடியும். உள் உறுப்புகளைக் கணினித் திரையில் பார்த்தும் துல்லியமாக சிகிச்சை தர முடியும்.

இந்தக் கருவியை மருத்துவர் வெளியில் இருந்தபடியே இயக்குவார். நுரையீரலில் என்ன பிரச்னை உள்ளது என்பதை நேரடியாகப் பார்க்க இதற்குள் இருக்கின்ற ஃபைபர் ஆப்டிக் கண்ணாடித் தொகுப்புகள் தரும் வெளிச்சம் உதவுகிறது. தெர்மோபிளாஸ்டி சிகிச்சையின் போது இதை வாய் அல்லது மூக்கு வழியாக தொண்டையைத் தாண்டி நுரையீரலுக்குள் அனுப்புகிறார்கள். மூச்சுக்குழலை அடைந்ததும், கருவியின் முனையில் சுருங்கிய வடிவில் இருக்கும் பலூன் அமைப்பை வெளியேற்றி, பாராசூட்டை விரிப்பதுபோல் விரிக்கிறார்கள். அங்கு சுருங்கி இருக்கிற மூச்சுக்குழாய் இதனால் விரியும். இதைத் தொடர்ந்து ரேடியோ ஃப்ரிகுவன்ஸி அலைகளை சுமார் 10 நொடிகளுக்குச் செலுத்துகிறார்கள். இவை 65 டிகிரி செல்சியஸ்

வெப்பத்தை உண்டாக்கி அங்கு அடைத்துக் கொண்டிருக்கும் மென்தசைகளைக் கரைத்துவிடும். இதன் பலனால் மூச்சுக்குழாய் அடைப்பு முற்றிலும் நீங்கிவிடும்.

மூன்று வாரங்கள் இடைவெளியில் மொத்தம் 3 முறை இதைச் செய்துகொள்ளவேண்டும். அதன் பின்னர் குறைந்தது 5 வருடங்களுக்கு ஆஸ்துமா ஏற்படுவதில்லை. இந்தச் சிகிச்சையை வெளிநோயாளியாகவே மேற்கொள்ள முடியும். மறுநாள் இயல்பான பணிகளைச் செய்யமுடியும். இதை எல்லோருக்கும் செய்ய முடியாது. சில நிபந்தனைகள் உள்ளன. குறிப்பாக, 18 வயது நிரம்பியவர்களுக்கு மட்டுமே மேற்கொள்ளமுடியும். 2010ல் அமெரிக்காவில் அனுமதிக்கப்பட்ட இச்சிகிச்சை தற்போது இந்தியாவில் மும்பை, பெங்களூர், சென்னை போன்ற பெரிய நகரங்களில் செய்யப்படுகிறது.

9

அரிப்பும் தோல் தடிப்பும்

அரிப்பு என்பது நம் உடல் இயந்திரத்தில் இயங்கும் ஓர் அலாரம். உடம்புக்குள் வேண்டாத பொருள் ஒன்று நுழைந்துவிட்டால் நமக்கு எச்சரிக்கை மணி அடிக்கும் அறிகுறிதான் அரிப்பு. நாம் உறங்கினாலும் விழித்திருந்தாலும் எதிராளி தொல்லை கொடுத்தால், உடனே தோலைச் சொறியவேண்டும் என்ற உணர்வைத் தூண்டுகின்ற ஓர் எதிர்வினை இது.

இது சில நேரம் இதமாகவும், இன்பமாகவும் இருக்கும். அதுவே பல நேரம் எரிச்சலையும் வெறுப்பையும் ஏற்படுத்துவதாக மாறிவிடும். உடலியல் ரீதியில் சொன்னால் அரிப்பு என்பது அலர்ஜியின் வெளிப்பாடு. இதைச் செயல்படுத்துவது நம் தோலில் உள்ள 'மாஸ்ட் செல்கள்'.

அடிப்படைக் காரணம்

அரிப்பு ஏற்படுவதற்கு அடிப்படைக் காரணம், பிடிக்காத பொருளுக்கு ரத்தத்தில் உருவாகும் எதிர்ப்பாற்றல் புரதம்தான். இதை 'இம்யூனோகுளோபுலின் - ஈ' (IgE) என்பார்கள். இந்தப் புரதத்தை ரத்த செல்கள் உருவாக்குகின்றன. பிடிக்காத பொருள் முதல்முறையாக உடம்புக்குள் நுழையும்போது, இந்தப் புரதம்

உருவாகி ரத்தத்தில் காத்திருக்கும். மீண்டும் அதே ஒவ்வாத பொருள் உடலுக்குள் நுழையும் போது, இந்தப் புரதம் ஒவ்வாமைப் பொருளுடன் சேர்ந்து மாஸ்ட் செல்களைத் தூண்டும். இதன் காரணமாக மாஸ்ட் செல்கள் 'ஹிஸ்டமின்', 'லூயூக்கோட்ரின் (Leukotriene) எனும் வேதிப்பொருள் களை வெளியேற்றும். இவை ரத்தக்குழாய்களை விரிவடையச் செய்து அங்குள்ள நரம்புமுனை களைத் தாக்கும். அதன் விளைவால்தான் அரிப்பு, தடிப்பு, தோல் சிவப்பது போன்றவை ஏற்படுகின்றன.

பெரும்பாலான நேரம் அரிப்பை நம்மால் கட்டுப்படுத்த முடியாது. பொது இடம் என்றுகூடப் பார்க்காமல் சொறியத் தொடங்கி விடுவோம். சொறியச் சொறிய அரிப்பு கொஞ்சம் குறைந்தும் விடுகிறது. எப்படி? 'லேன்ட்-லைன்' போன் வேலை செய்கிற மெக்கானிஸம் போன்றது இது. லேன்ட் லைன் போனில், எதிரெதிர் முனைகளில் உள்ளவர்களை இணைப்பது ஒரே ஒரு கம்பிதான். எனவே, ஒரே நேரத்தில் ஒரே எண்ணில் இரண்டு பேர்தான் பேச முடியும். இதுபோல், அரிக்கவேண்டும் என்ற தகவலை மூளைக்கு எடுத்துச் செல்வதும், மூளையிலிருந்து சொறியவேண்டும் என்ற கட்டளையை விரல்களுக்கு எடுத்து வருவதும் ஒரே 'நரம்புக் கேபிள்'தான். நாம் சொறிய ஆரம்பித்ததும், சொறிகின்ற உணர்வையும் இந்த நரம்புதான் மூளைக்கு எடுத்துச்செல்கிறது. ஒரு நேரத்தில் ஒரு தகவலை மட்டுமே இது மூளைக்கு எடுத்துச்செல்லும் என்பதால், இது அரிப்பு உணர்வை மூளைக்கு எடுத்துச் செல்வதைத் தற்காலிகமாக நிறுத்திக்கொண்டு, சொறியும் உணர்வை மட்டுமே இது மூளைக்கு எடுத்துச்செல்கிறது. இதனால் அரிப்பு குறைகிறது.

நச்சு அரிப்பு

அரிப்பு ஏற்படுவதற்குப் பல காரணங்கள் உண்டு. அவற்றுள் முக்கியமானது, 'அர்ட்டிகேரியா' (Urticaria) என்று அழைக்கப் படுகிற 'நச்சு அரிப்பு' நோய். இதற்கு 'ஹைவ்ஸ்' (Hives) என்று இன்னொரு பெயரும் உண்டு. உலகில் 100ல் 20 பேருக்கு இந்த பாதிப்பின் காரணமாகத்தான் உடலில் அரிப்பு ஏற்படுவதாகப் புள்ளிவிவரம் தெரிவிக்கிறது.

இந்தப் பாதிப்பு உள்ளவர்களுக்குத் தோலில் பல இடங்களில் பூரான் கடித்த மாதிரி வீங்கிவிடும். தோல் தடித்துச் சிவந்துவிடும். சிலருக்கு இந்தத் தடிப்பு தோலில் கத்தியால் கீறியதுபோல் கோடுகோடாக இருக்கும். இன்னும் சிலருக்கு வட்ட வட்டமாகத் தோல் தடித்து விடும். வானில் மாறி மாறித் தோன்றும் மேகக் கூட்டங்கள் போல், தோலில் வெவ்வேறு வடிவங்களில் தடிப்புகள் தோன்றி மறைவது

உண்டு. இந்தத் தடிப்புகளில் நடுவில் விரலை வைத்து அழுத்தினால், அங்கு சிவப்பு நிறம் மாறிவிடும். நச்சு அரிப்பை உறுதி செய்ய உதவும் ஒரு முக்கியமான அறிகுறி இது. உடலில் மேல்தோலில் எங்கு வேண்டுமானாலும் இந்தத் தடிப்புகள் தோன்றக்கூடும்.

வகைகள்

சிலருக்கு நச்சு அரிப்பு திடீரென்று (Acute) வரலாம். இன்னும் சிலருக்கு நாட்பட்டும் (Chronic) வரலாம். மிகவும் லேசான அரிப்பில் இருந்து கடுமையான அரிப்புவரை தொல்லை தரலாம். இது சில நிமிடங்களிலும் மறைந்து விடலாம். அரிப்பு பல வாரங்கள் வரை தொடரவும் செய்யலாம். ஆறு வாரங்கள்வரை நீடிப்பது 'திடீர்' வகையைச் சேர்ந்தது. ஆறு வாரங்களுக்கு மேல் அரிப்பு நீடிக்குமானால் அது 'நாட்பட்ட அரிப்பை' குறிப்பது.

தூண்டும் காரணிகள்

நச்சு அரிப்புக்கு நாம் சாப்பிட்ட உணவு ஒத்துக் கொள்ளாதது முக்கியக் காரணியாக இருக்கிறது. பால், தயிர், முட்டை, இறால், இறைச்சி, கடல் மீன், கருவாடு, தக்காளி, சோயாபீன்ஸ், வேர்க்கடலை, நட்ஸ், முந்திரி, செர்ரி பழங்கள், சாக்லேட் போன்றவற்றைக் குறிப்பாகச் சொல்லலாம். உணவுகளில் கலக்கப்படும் செயற்கை நிறமூட்டிகள், மணமூட்டிகள், பதப்படுத்த உதவும் வேதிப் பொருள்கள் போன்றவையும் நச்சு அரிப்பைத் தூண்டக்கூடியவையே.

உணவைப்போலவே நாம் சாப்பிடும் மருந்துகளும் அரிப்புக்கு ஒரு காரணம் ஆகலாம். குறிப்பாக, பெனிசிலின், சல்ஃபா போன்ற ஆன்டிபயாடிக் மருந்துகள், ஆஸ்பிரின், புரூஃபென், நிமிசுலைட் போன்ற வலி நிவாரணிகள், மலேரியா மருந்துகள், உயர் ரத்த அழுத்த மாத்திரைகள் போன்றவற்றை இதற்கு உதாரணமாகச் சொல்லலாம்.

மேலும், கொசுக்கடியில் தொடங்கி சிலந்திக் கடிவரை பலதரப்பட்ட பூச்சிக் கடிகள் நச்சு அரிப்பை உண்டாக்கும். கடுமையாக உடற்பயிற்சி செய்தால்கூட இந்தத் தொல்லை ஏற்படலாம். சிலருக்கு தோலை அழுத்துவதுபோல் உடைகளை அணிந்தால் அந்த அழுத்தம் காரணமாக நச்சு அரிப்பு ஏற்படுவது உண்டு. சிலருக்கு அருவியில் குளித்து முடித்ததும் அரிப்பும் தடிப்பும் ஏற்படும்.

குளிரும் வெயிலும் ஆகாது!

சிலருக்கு வெயிலும் குளிரும்கூட அரிப்பை ஏற்படுத்தும். வெயில் காலத்தில் சூரிய ஒளியின் புற ஊதாக்கதிர்கள் அலர்ஜியாகி அரிப்பு

ஆஞ்சியோஎடீமா தெரியுமா?

அலர்ஜியின் வெளிப்பாடாகத் தோலில் தோன்றுகிற இன்னொரு முக்கிய அறிகுறி ஆஞ்சியோஎடீமா (Angioedema). இதில் தோலில் அரிப்புடன் ஏற்படுகிற தடிப்பும் வீக்கமும் பெரிதாகக் காணப்படும். அடித்தோலும் அங்குள்ள ரத்தக் குழாய்களும் சேர்ந்து வீங்குவதால் இந்த வீக்கம் பெரிய அளவில் ஏற்படுகிறது. இது நச்சு அரிப்பைப்போலவே காணப்படும் அறிகுறிதான் என்றாலும் சிறிதளவு வித்தியாசம் உண்டு. இது தோலில் எல்லா இடங்களிலும் தோன்றாது. குறிப்பாக, கண்ணுக்குக் கீழ் வீக்கம் ஏற்படும். உதடுகள் வீங்கும். சிலருக்கு கை, கால் பாதங்களிலும், பிறப்பு உறுப்புப் பகுதிகளிலும் இந்த வீக்கம் தோன்றலாம். இதில் கவனத்தில் கொள்ள வேண்டிய விஷயம் இதுதான்; இந்த வீக்கம் தொண்டையில் தோன்றினால், மூச்சு விட சிரமப்படுத்தும். உணவை விழுங்க முடியாது. இதை அலட்சியப்படுத்தாமல் உடனே கவனிக்க வேண்டும். தவறினால் உயிருக்கு ஆபத்து ஏற்படும்.

வரும். கடுமையான வியர்க்குரு வந்தாலும் அரிப்பு வரும். குளிர்காலத்தில் பனிக்காற்று பட்டுத் தோல் வறண்டு அரிப்பு உண்டாகும். அடுத்து, செல்லப் பிராணிகளால் வரும் அரிப்பு. இதில் பிரதானமானது பூனை. பூனையின் முடி பட்டால் பலருக்கு உடம்பெல்லாம் அரிப்பு எடுத்து தடிப்புகள் உண்டாகும்.

எச்சரிக்கும் நோய்கள்

உடலில் இருக்கும் எந்த ஒரு நோய்த்தொற்றும் அரிப்பை உண்டாக்க வாய்ப்புண்டு. சொத்தைப் பல், தொண்டை அழற்சி, சுவாசப்பாதை அழற்சி, சிறுநீரகப்பாதை அழற்சி, சைனஸ் பாதிப்பு போன்றவை இவ்வாறு நச்சு அரிப்பை உண்டாக்குகின்றன. குடலில் புழு இருந்தால் உடம்பில் அரிப்பு ஏற்படலாம்.

கர்ப்ப காலத்திலும் குழந்தை பிறந்த பிறகும் பல பெண்களுக்கு நச்சு அரிப்பு ஏற்படுவதற்கு தைராய்டு சுய எதிரணுக்கள் (Thyroid Auto Antibodies) காரணமாகின்றன. கட்டுக்கு அடங்காத நச்சு அரிப்புக்கு முடக்குவாதம், 'லூபஸ் எரித்திமட்டோசிஸ்' ஆகிய நோய்கள் காரணமாக இருக்க அதிக வாய்ப்பு உண்டு. உடம்பெல்லாம்

அரித்தால், அது உடலுக்குள் இருக்கும் ஏதோ ஒரு புற்றுநோயின் அறிகுறியாகவும் இருக்கலாம்.

தவிர, நீரிழிவு நோய், ரத்தசோகை, மஞ்சள் காமாலை, சிறுநீரகக் கோளாறு, தைராய்டு பிரச்னை, பித்தப்பை பிரச்னை, ஹார்மோன் பிரச்னை, 'மல்ட்டிபிள் ஸ்கிலிரோஸிஸ்' எனும் மூளை நரம்புப் பிரச்னை, பரம்பரைத்தன்மை, நோய் எதிர்ப்பு சக்தி குறைவு போன்றவையும் அரிப்புக்குக் காரணமாக இருக்கலாம். ஆனால், இந்த நோய்களின்போது தோலில் தடிப்பு தோன்றாது.

மனப் பிரச்னைகள்

நச்சு அரிப்புக்குக் கோபம், கவலை, பயம், மன அழுத்தம் போன்ற மனம் சார்ந்த காரணங்களும் இருக்கின்றன. 'ஹிஸ்டீரியா' என்ற மனநோய் உள்ளவர்கள் தங்கள் உடலில் ஒரு பூச்சி ஊறுவதுபோல் கற்பனை செய்துகொள்வார்கள். இதனால் இவர்கள் எந்நேரமும் உடலைச் சொறிந்துகொண்டே இருப்பார்கள். இவர்களது மனநோய் குணமானால்தான் இந்தவகை அரிப்பு சரியாகும்.

என்ன பரிசோதனை?

வழக்கமான ரத்தப் பரிசோதனை, சிறுநீர் மற்றும் மலப் பரிசோதனைகள் முதலில் மேற்கொள்ளப்படும். இதைத் தொடர்ந்து அலர்ஜியை அறிய உதவும் தோல் பரிசோதனைகள் செய்யப்படும். காரணம் தெரிந்ததும் அதற்கேற்ப சிகிச்சை வழங்கப்படுவது நடைமுறை.

என்ன சிகிச்சை?

அரிப்பைக் குறைக்க ஆன்டிஹிஸ்டமின் மாத்திரைகளும், லோஷன்களும், வீக்கத்தைக் குறைக்க ஸ்டீராய்டு மாத்திரைகளும், அரிப்பைத் தடுக்க மான்டிலூகாஸ்ட் மாத்திரைகளும் தரப்படும். இவற்றை மருத்துவர் சொல்லும் கால அளவுக்குச் சாப்பிட வேண்டியது மிக முக்கியம். இதுபோல் இந்த மாத்திரைகளை திடீரென்று ஒருநாளில் நிறுத்திவிடவும்கூடாது. மருத்துவரின் ஆலோசனையின் பேரில் சிறிது சிறிதாகத்தான் குறைத்து, அதன் பிறகு நிறுத்தவேண்டும். அப்போதுதான் அரிப்பு மீண்டும் வராமல் இருக்கும்.

தடுப்பது எப்படி?

1. உங்களுக்கு ஒவ்வாத உணவுகளைப் பட்டியல் போட்டு அவற்றை ஒதுக்கி வையுங்கள்.

2. மருத்துவரின் ஆலோசனை இல்லாமல் நீங்களாகவே கடைகளில் மாத்திரை, மருந்து வாங்கிச் சாப்பிடாதீர்கள்.

3. கடுமையான வேதிப்பொருள்களால் ஆன குளியல் சோப்புகளைப் பயன்படுத்தாதீர்கள்.

4. தளர்ந்த உடைகளை அணியுங்கள். தோலுக்கு அழுத்தம் தருகிற லெகின்ஸ் போன்ற உடைகளை பெண்கள் அணியக்கூடாது.

5. குளிர்ந்த நீரில் குளிக்கவேண்டாம்.

6. நீச்சல் குளங்களில் தனியாக குளிப்பதைத் தவிருங்கள்.

7. கடுமையான வெயிலுக்குச் செல்லவேண்டுமென்றால் சன் ஸ்கிரீன் களிம்பை உடலில் தடவிக்கொள்ளுங்கள்.

8. வீட்டில் பூச்சிகள் வளர்வதைத் தடுக்க வீட்டுச் சுவர்களில் சில வேதிப்பொருள்களைத் தடவுகிற ஏற்பாட்டை செய்து கொள்ளுங்கள்.

9. அடிக்கடி உடலைச் சொறியாதீர்கள்.

10. குடல் புழுவுக்கு முறைப்படி மருந்து சாப்பிடுங்கள்.

10

தோல் அழற்சி நோய்

உடலில் ஏற்படும் அலர்ஜியால் பெரிதும் பாதிக்கப்படுவது மூக்கும் நுரையீரலும்தான். அதன் விளைவால் அடுக்குத் தும்மல், மூக்கு ஒழுகுதல், ஆஸ்துமா எனப் பல பாதிப்புகள் உண்டாவதை இதுவரை பார்த்தோம். இவற்றை அடுத்து தோல்தான் அதிகமாக பாதிக்கப்படுகிறது. தோலில் ஏற்படும் அலர்ஜியின் பாதிப்பு குழந்தை பிறந்த சில தினங்களிலோ, சில மாதங்களிலோ தெரிந்து விடும். இந்தப் பாதிப்புகளில் முதன்மையானது, 'எக்சீமா' அல்லது கரப்பான் (Eczema / Atopic Dermatitis) என அழைக்கப்படும் 'தோல் அழற்சி நோய்'.

அறிகுறிகள்

குழந்தையின் மென்மையான தோல், உலர்ந்து தடிமனாகி, சொரசொரப்பாகிவிடும். இதைத் தொடர்ந்து அந்தப் பகுதி கறுஞ்சிவப்பு நிறத்தில் காணப்படும். இப்போது தோலில் வட்ட வடிவிலான மீன் செதில்கள் போன்ற தோற்றம் ஏற்படும். மேலும், மிகையான அரிப்பு, எரிச்சல், சூடான உணர்வு ஆகிய அறிகுறிகள் ஏற்படுவதோடு, சிறிய கொப்புளங்களும் வரும். கொப்புளங்களில் இருந்து நீர் வடியும். சிலருக்கு சூரிய ஒளி பட்டதும் அந்த இடம்

கறுத்துப் போகும். இன்னும் சிலருக்கு அந்தப் பகுதியின் தோல் தன் நிறத்தை இழந்து வெள்ளையாகவும் காணப்படும்.

குழந்தைகளுக்குக் கன்னம், கழுத்து, உச்சித்தலை, மணிக்கட்டு, தொடையிடுக்கு, கணுக்கால் ஆகிய பகுதிகளில் தோல் அழற்சி கடுமையாக பாதிக்கும். பெரியவர்களுக்கு கழுத்தின் பின்பகுதி, முழங்கால் மூட்டின் பின்பகுதி, முழங்கை மடியும் பகுதி ஆகிய இடங்களில் இந்தப் பாதிப்பு அதிகமாகக் காணப்படும்.

குழந்தைப் பருவத்தில் ஆரம்பிக்கும் இந்தப் பாதிப்பு சிலருக்குப் பெரியவர்களான பிறகும்கூட தொடரும். இன்னும் சிலருக்குக் குறிப்பிட்ட ஒரு பருவத்தில் இந்த அறிகுறிகள் தோன்றுவதும், அடுத்த பருவத்தில் இவை இருந்த இடம் தெரியாத அளவுக்குத் துப்புரவாக மறைந்துவிடுவதும் உண்டு.

காரணம் என்ன?

குடும்ப வம்சா வழியில் பெற்றோர் அல்லது பாட்டி, தாத்தா யாருக்காவது தோல் அழற்சி நோய் வந்திருந்தால், அவர்களின் வாரிசுகளுக்கு இது ஏற்படும் வாய்ப்புகள் அதிகம். ஆஸ்துமா, அடுக்குத் தும்மல் ஆகிய அலர்ஜி பாதிப்புகள் உள்ளவர்களில் பெரும்பாலானவர்களுக்கு இந்தப் பாதிப்பும் சேர்ந்துகொள்வது உண்டு. தலையில் பொடுகு அதிகமாக உள்ளவர்களுக்கு இது நிரந்த தொல்லை கொடுக்கும். குளியல் சோப்பு, சலவை சோப்பு, ஷாம்பூ, குளியலறையை சுத்தப்படுத்தும் பிளீச்சிங் பவுடர், போன்ற ரசாயனங்கள் இந்த நோயைத் தூண்டும் முக்கியக் காரணிகள்.

தோல் அழற்சி நோய்க்கு உணவால் உண்டாகும் அலர்ஜியும் முக்கியமானதுதான். அலர்ஜி ஆகும் உணவுகளில் முதல் இடத்தில் இருப்பது பாலில் உள்ள புரதம் என்பது பலருக்கும் தெரியாது. பசும்பால், சந்தையில் கிடைக்கும் மற்ற பாலைக் குடித்து வளரும் குழந்தைகளுக்கு இந்தப் பாதிப்பு அதிக அளவில் தொல்லை கொடுப்பது இதனால்தான். இதுபோல், பாலில் தயாரிக்கப்பட்ட உணவுப் பொருள்கள், சிட்ரஸ் பழங்கள், மீன், கோதுமை, கடலை, நட்ஸ், முட்டை, இறைச்சி போன்றவையும் அலர்ஜியாகும்போது இந்தப் பிரச்னை ஏற்படுகிறது.

மாசடைந்த காற்றில் கலந்து வரும் பூஞ்சை, பாக்டீரியா, வைரஸ் போன்ற தொற்றுகள், பூக்களின் மகரந்தங்கள், புல், பூண்டு, வளர்ப்புப் பிராணிகளின் ரோமம், இறகுகள், மலக்கழிவுகள் போன்றவையும் தோல் அழற்சி நோய்க்கு வரவேற்பு தரும்.

‘தோல் தொடு அழற்சி நோய்’

தோல் அழற்சி நோய் பல வகைப்படும். அவற்றில் முக்கியமானது, ‘தோல் தொடு அழற்சி நோய்’ (Contact Eczema). சில ஒவ்வாமைப் பொருள்கள் தோலில் பட்டதும் அந்த இடத்தில் உள்ள தோல் அழற்சி அடைந்து சிவந்துவிடும். அரிப்பு ஏற்படும்... கொப்புளம் உண்டாகும். முக்கியமாக, குளியல் சோப்பு, சலவை சோப்பு, குளியலறையை சுத்தப்படுத்தும் பலவித ரசாயனங்கள் ஆகியவை அலர்ஜியாகும் போது இந்த நிலைமை ஏற்படுகிறது. தலைமுடிச் சாயம், ரப்பர், கைக்கடிகாரப் பட்டை, தோல் பொருள்கள், பிளாஸ்டிக் பொருள்கள், நிக்கல் கலந்த உலோக நகைகள் மற்றும் அணிகலங்கள், அழகு சாதனப் பொருள்கள், வாசனை திரவியங்கள், தோலில் பூசப்படும் மருந்துகளில் உள்ள சில ரசாயனங்கள், பெட்ரோல், டீசல், மண்ணெண்ணெய் போன்றவையும் இந்தப் பாதிப்பை ஏற்படுத்தும். இவற்றில் எது அலர்ஜி ஆகிறது என்பதைத் தெரிந்துகொண்டு அதைத் தவிர்த்தால் இந்தப் பாதிப்பு மீண்டும் வராது.

படுக்கை விரிப்புகளில் ‘டஸ்ட் மைட்’ (Dust Mite) என்னும் கண்ணுக்குத் தெரியாத பூச்சிகள் வாழ்கின்றன. இவற்றின் கழிவில் ‘புரேட்டியேஸ்’ எனும் புரதம் இருக்கிறது. இதுவும் தோல் அழற்சி நோய்க்குக் காரணமாகும்.

சிலருக்கு வெயிலும் குளிரும்கூட இதே பாதிப்பை உண்டாக்குகிறது. வெயில் காலத்தில் சூரிய ஒளியின் புற ஊதாக்கதிர்கள் அலர்ஜியாகி தோலில் அழற்சி உண்டாகிறது. குளிர்காலத்தில் பனிக்காற்று பட்டு தோல் வறண்டு அழற்சி ஆகிறது. பெண்களுக்குக் கர்ப்பத்தின்போதும், மாதவிலக்கு காலத்திலும் இந்தப் பாதிப்பு கடுமையாவது நடைமுறை.

என்ன பரிசோதனை?

தோலில் தோன்றும் அறிகுறிகளை வைத்தே இந்த நோயை எளிதில் கணித்துவிடலாம். மேலும் ஒவ்வாமை உள்ள பரம்பரைத் தன்மை மற்றும் உணவு அலர்ஜி இருப்பது போன்ற தூண்டும் காரணிகளும் நோயைக் கணிக்க உதவும். என்றாலும், ரத்தப் பரிசோதனை, சிறுநீர் மற்றும் மலப் பரிசோதனைகளை மேற்கொண்டு, உடலில் வேறு ஏதேனும் தூண்டும் பாதிப்புகள் உள்ளனவா என்று அறியப்படும். இதைத் தொடர்ந்து அலர்ஜியை அறிய உதவும் தோல் பட்டைப்

பரிசோதனை (Patch Test) மற்றும் தோல் குத்தல் பரிசோதனைகள் (Skin Prick Test) செய்யப்படும். காரணம் தெரிந்ததும் அதற்கேற்ப சிகிச்சை தரப்படும்.

என்ன சிகிச்சை?

தோல் அரிப்பைக் குறைக்க ஆன்டிஹிஸ்டமின் மாத்திரைகளும், தோலின் அழற்சியைக் குறைக்க கால்சிநியூரின் தடுப்பான் களிம்புகள் (Calcineurin Inhibitors), ஸ்டீராய்டு களிம்புகள் மற்றும் மாத்திரைகளும் தரப்படும். லேசான பாதிப்புகளுக்கு ஈரமூட்டும் களிம்புகளைத் (Moisturizer) தோலில் தடவி வந்தாலே சரியாகிவிடும். தோல் பாதிப்பு தீவிரமாக இருந்தால், சில நாட்களுக்கு உள்ளுக்குச் சாப்பிடக்கூடிய அலர்ஜி மருந்துகள் தரப்படும். சிலருக்குத் தோல் அழற்சி உள்ள இடங்களைச் சொறிந்து சொறிந்து புண்ணாகிவிடும். அப்போது ஆன்டிபயாடிக் மாத்திரைகள் சில வாரங்களுக்குத் தேவைப்படும். அலர்ஜி பாதிப்புக்கு வாய்ப்புள்ள குழந்தைகளுக்கும், கர்ப்பிணிகள் மற்றும் தாய்ப்பால் தரும் அம்மாக்களுக்கும் 'புரோபயாட்டிக்' மருந்தைக் கொடுத்துவந்தால், தோல் அழற்சி நோய் வருவது தடுக்கப்படும் என்று சமீபத்தில் கண்டுபிடித்து இருக்கிறார்கள். இந்த மாத்திரைகள் எல்லா வற்றையும் மருத்துவர் சொல்லும் கால அளவுக்குச் சாப்பிட வேண்டியது மிக முக்கியம். அப்போதுதான் தோல் அழற்சி நோய் மீண்டும் வராது.

தடுப்பது எப்படி?

1. அலர்ஜி எதனால் உண்டாகிறது என்பதைக் கண்டறிந்து, அதை ஒதுக்கவேண்டும்.

2. குழந்தைக்கு இரண்டு வயதுவரை தாய்ப்பால் கொடுக்க வேண்டியது கட்டாயம்.

3. தாய்ப்பால் போதவில்லை எனில் சோயா பால் தரலாம்

4. அலர்ஜி உள்ள குழந்தைகளுக்கு நான்கு மாதம் முடிந்ததுமே திட உணவுகளை அறிமுகப்படுத்திவிடவேண்டும்.

5. அரிசியில் தயாரிக்கப்பட்ட உணவுகளையும், வாழைப்பழம், வேகவைத்த ஆப்பிள் என பலதரப்பட்ட உணவுகளையும் படிப்படியாக அறிமுகப்படுத்தவேண்டும்.

6. கடலை கலந்த சத்து மாவு பல குழந்தைகளுக்கு அலர்ஜி ஆகிறது. இதைத் தவிர்ப்பது நல்லது.

7. தோலுக்கு இதமான சோப்பை குளியலுக்குப் பயன்படுத்தவும்.

8. இளஞ்சூடான தண்ணீரில் குளிக்க வைத்தபின் தோலில் நீர்ச்சத்தை நீட்டிக்க உதவுகிற ஈரமூட்டும் களிம்பை மருத்துவரின் பரிந்துரையின் பேரில் பயன்படுத்தவும்.

9. பருத்தித் துணிகளை மட்டும் உபயோகிக்கலாம். செயற்கை இழைகளால் ஆன ஆடைகளைத் தவிர்க்கவும்.

10. குழந்தைகளுக்கு இறுக்கமான ஆடைகளைத் தவிர்த்து, தளர்வான ஆடைகளை அணிவிக்கவும்.

11

ஈசினோபிலியா

'ஆஸ்துமாவும் ஈசினோபிலியாவும் ஒன்றா, வெவ்வேறா?' இந்தச் சந்தேகம் பலருக்கும் இருக்கலாம். இந்த அத்தியாயத்தில் அதைப் பற்றித்தான் பார்க்கப்போகிறோம்.

ஈசினோபிலியா (Eosinophilia) என்பது ஒரு தடயம் (Sign) மட்டுமே; தனிப்பட்ட நோயல்ல. ரத்தத்தில் பலதரப்பட்ட வெள்ளை அணுக்கள் உள்ளன. அவற்றில் ஒரு பிரிவுக்கு 'ஈசினோபில்' என்று பெயர். உடலில் ஏற்படும் அலர்ஜியோடு தொடர்புடைய அணுக்கள் இவை. நோய் எதிர்ப்பாற்றலுடன் மிக நெருங்கிய தொடர்பு உடையவை. ரத்த வெள்ளை அணுக்களில் ஒன்று முதல் மூன்று சதவிகிதம்வரை இந்த அணுக்கள் இருக்கும். இதை மொத்த அளவிலும் சொல்லலாம்; 100 கன மில்லி ரத்தத்தில் 350முதல் 650வரை இவற்றின் எண்ணிக்கை இருக்கலாம். இந்த எண்ணிக்கை அதிகமாகும்போது அந்த நிலைமையை 'ஈசினோபிலியா' என்கிறோம்.

ஆஸ்துமா, எக்சீமா, அடுக்குத் தும்மல், மருந்து ஒவ்வாமை, சுய தடுப்பாற்றல் பிரச்னை (Auto immune disease) போன்ற அலர்ஜி பாதிப்பு உள்ள அனைவருக்கும் ரத்தத்தில் ஈசினோபில் அணுக்கள் அதிகமாகவே இருக்கும். குடலில் புழுக்கள் இருந்தாலும் உடலில் எங்காவது புற்றுநோய் இருந்தாலும் ஈசினோபிலியா இருக்கும்.

இருப்பது புழுவா, புற்றுநோயா எனக் காரணம் தெரிந்து அல்லது அலர்ஜியின் ஆணி வேரைப் புரிந்துகொண்டு, அதை அகற்றுவதற்கு சிகிச்சை பெற்றால் இது சரியாகிவிடும்.

வெப்ப மண்டல ஈசினோபிலியா

தனிப்பட்ட நோயாகக் கருதப்படுகிற ஈசினோபிலியா ஒன்று இருக்கிறது. 'வெப்ப மண்டல ஈசினோபிலியா' (Tropical eosinophilia) என்று அதற்குப் பெயர். இது இந்தியா, ஆப்பிரிக்கா போன்ற வெப்ப மண்டல நாடுகளில் மட்டுமே காணப்படுவதால் இந்தப் பெயரைப் பெற்றுள்ளது. 1943ம் ஆண்டில்தான் இப்படி ஒரு நோய் இருப்பதே உலகத்துக்குத் தெரிய வந்தது. இந்தியாவில் முக்கியமாக தமிழ்நாடு, மேற்கு வங்காளம், மஹாராஷ்ட்ரா, கேரளா போன்ற கடற்கரை உள்ள மாநிலங்களில்தான் இந்த நோய் அதிக அளவில் காணப்படுகிறது. இது குழந்தைகள்முதல் பெரியவர்கள்வரை எல்லா வயதினரையும் பாதிக்கிறது.

என்ன காரணம்?

'ஃபைலேரியா' என அழைக்கப்படும் யானைக்கால் நோய்க்குரிய 'உச்சரெரியா பாங்கிராப்டை' மற்றும் 'மலாயி' எனும் ஒட்டுண்ணிக் கிருமிகள் (W.bancrofti and W. malayi) உடலுக்குள் நுழைந்ததும், 'உடனடி அலர்ஜி' ஏற்படுவதால், ரத்தத்தில் 'இமுனோகுளோபுலின் - இ' (IgE) எனும் எதிரணுப் புரதம் உருவாகிறது. இதன் விளைவால் ரத்தத்தில் ஈசினோபில் எண்ணிக்கை அதிகரிக்கிறது. இவ்வாறு அதிகரித்த அணுக்கள், நுரையீரல் திசுக்களில் தேங்குகின்றன. அப்போது 'ஹிஸ்டியோசைட்' எனும் அணுக்களும் அங்கு அதிகரிக்கின்றன. இதன் விளைவால் நுரையீரல் நுண் குழல்கள் (Bronchioles) சுருங்குகின்றன. சுவாசப்பாதையின் அளவு சுருங்கி சுவாசம் தடைபடுகிறது. இந்த நேரத்தில் சரியான சிகிச்சை கிடைத்து விட்டால் சுவாசிப்பதில் சிரமம் குறையும். இல்லையென்றால், சுருங்கிய திசுக்களில் நார்த்திசுக்கள் உருவாகி, நுரையீரல் ரொம்பவே சுருங்கிவிடும். அப்போது, பாதிக்கப்பட்ட நபரால் சுவாசிக்கவே முடியாத அளவுக்கு மோசமான நிலைமையை உருவாக்கும். இப்படித்தான் இந்த நோய் படிப்படியாக உருவாகிறது.

அறிகுறிகள்

நோயாளிக்கு மாலை நேரத்தில் காய்ச்சல் ஏற்படும். வறட்டு இருமல் வரும். பெரும்பாலான நேரங்களில் இருமலின்போது சளி வராது. சில நேரங்களில் மட்டும் சிறிதளவு சளியுடன் ரத்தமும் வரலாம்.

சுவாசிப்பதில் சிரமம் ஏற்படும். இளைப்பு வரும். எந்நேரமும் சோர்வாக இருக்கும். பசி ஏற்படாது, உடல் எடை குறையும். பொதுவாக, ஈசினோபிலியாவையும் காசநோயையும் குழப்பிக் கொள்வார்கள். காரணம், மாலை நேரக் காய்ச்சல், இருமல், சளியில் ரத்தம், பசி இல்லாத நிலைமை, உடல் எடை குறைவது போன்றவை எல்லாமே காசநோயிலும் காணப்படும். இதுபோல் இருமல் மற்றும் இளைப்பு ஆஸ்துமா உள்ளவர்களுக்கும் இருக்கும் என்பதால், ஈசினோபிலியாவை ஆஸ்துமா என்றும் ஆஸ்துமாவை ஈசினோபிலியா பாதிப்பு என்றும் தவறாகக் கணித்துக்கொள்வதும் உண்டு.

ஆஸ்துமா உள்ளவர்களுக்குப் பெரும்பாலும் இளங்காலை நேரத்தில்தான் இளைப்பும் இருமலும் வரும். மாலை நேரத்தில் அவ்வளவாக இளைப்பு ஏற்படாது. இருமலில் ரத்தமோ, சளியோ வராது. மாலை நேரத்தில் காய்ச்சல் ஏற்படாது. உடல் எடை குறைவதற்கு வாய்ப்பில்லை. பசித்தன்மையிலும் மாற்றம் இருக்காது. எனவே, இந்தமாதிரியான அறிகுறிகளை வைத்து ஆஸ்துமாவா, ஈசினோபிலியாவா என்று ஓரளவுக்குத் தெரிந்துகொள்ளமுடியும்.

ஈசினோபிலியா ஆண்களைத்தான் அதிகமாக பாதிக்கிறது. அதிலும் குறிப்பாக, 15 வயதிலிருந்து 40 வயதுக்கு உட்பட்டவர்களையே பாதிக்கிறது. இது நுரையீரலை மட்டுமே தாக்கக்கூடியது என்றாலும் கழுத்திலும் தொடையிடுக்குகளிலும் நெறி கட்டுதல், கல்லீரலும் மண்ணீரலும் வீங்குதல் போன்ற பாதிப்புகளும் சிலரிடம் காணப்படும்.

பரிசோதனைகள்

ரத்தப் பரிசோதனை மற்றும் மலப் பரிசோதனைகள் மேற்கொள்ளப் படும். இந்த நோய் உள்ளவர்களுக்கு ரத்தத்தில் ரத்த வெள்ளை அணுக்களின் எண்ணிக்கையும், ஈசினோபில்களின் மொத்த எண்ணிக்கையும் 'இமுனோகுளோபுலின் - இ' (IgE) எதிரணுப் புரதமும் மிக அதிகமாக இருக்கும். மலப் பரிசோதனையில் குடல் புழு முட்டைகள் காணப்படும். மார்பு எக்ஸ்-ரே படத்தில் தினை விதை அளவில் சிறு சிறு நிழல்கள் தனித்தனியாகத் தெரியும். இவை பெரும்பாலும் எக்ஸ்-ரே படத்தில் மத்திய கீழ்ப்பகுதிகளில்தான் அதிகமாகத் தெரியும். இதைச் சொல்வதற்கு ஒரு காரணம் இருக்கிறது. அதாவது, 'மிலியரி காசநோய்' பாதிப்பின்போதும் இந்த மாதிரியான நிழல்கள் எக்ஸ்-ரே படத்தில் தெரியும். ஆனால், ஒரு வித்தியாசம். காசநோயில் இந்த நிழல்கள் எக்ஸ்-ரே படத்தில் மேற்புறத்தில்தான் அதிகமாகத் தெரியும்; தவிர, இவை ஒன்றோடு ஒன்று இணைந்து காணப்படும். இந்த நோயை மிகவும் சரியாகக்

கணிப்பதற்கு இப்போது நவீன எலிசா பரிசோதனைகள் வந்துள்ளன.

சிகிச்சை என்ன?

வெப்ப மண்டல ஈசினோபிலியாவுக்கு 'டைஎதில் கார்பமெசின்' (Diethylcarbamazine) எனும் மாத்திரையை நோயின் ஆரம்பத்திலேயே மருத்துவரின் மேற்பார்வையில் நான்கு வாரங்களுக்குத் தொடர்ந்து சாப்பிட்டால் நல்ல நிவாரணம் கிடைக்கும். என்றாலும் 100ல் 20 பேருக்கு இது மீண்டும் வரலாம். பெரும்பாலும் நோயைத் தொடக்கத்தில் கவனிக்காதவர்களுக்கு இந்தப் பிரச்னை ஏற்படுகிறது. இவர்கள் சுமார் இரண்டு வருடங்களுக்கு மூன்று மாத இடைவெளியில் மீண்டும் மீண்டும் ஒரு 'கோர்ஸ்' மருந்தை எடுத்துக்கொண்டால், நோய் முற்றிலும் குணமாகும். இத்துடன் குடல் புழுக்களுக்கும் முறைப்படி மாத்திரை எடுத்துக்கொள்ள வேண்டியது அவசியம். ஸ்பைரோமெட்ரி பரிசோதனை மூலம் நோயாளியின் நுரையீரல் பாதிப்பின் அளவைத் தெரிந்து, சுவாசம் சிரமம் இல்லாமல் நிகழ்வதற்கு சிகிச்சை தரப்படும்.

தடுப்பது எப்படி?

1. *யானைக்கால் நோய்க் கிருமிகள் கொசுக்கடியால்தான் பரவுகிறது. எனவே, கொசுக்களை ஒழிப்பதற்கான அத்தனை முயற்சிகளையும் மேற்கொள்ள வேண்டும்.*

2. *யானைக்கால் நோய் பரவுகிற பகுதிகளில் வாழ்கிற மக்கள் எல்லோரும் 'டைஎதில் கார்பமெசின்' மற்றும் அல்பெண்டசோல் எனும் குடல் புழு மாத்திரைகளை வருடத்துக்கு ஒருமுறை சுமார் ஆறு வருடங்களுக்குத் தொடர்ந்து சாப்பிட்டு வர, யானைக்கால் நோயும் வராது; ஈசினோபிலியாவில் இருந்தும் விடுதலை கிடைக்கும்.*

3. *சுய சுத்தம் பேணப்பட வேண்டும்.*

4. *சுற்றுப்புறத் தூய்மை அவசியம்.*

அலர்ஜி டேட்டா!

1. ரத்தப் பரிசோதனையின்போது பலதரப்பட்ட ரத்த அணுக்களில் ஈசினோபில் அணுக்கள் மட்டும் ஈசின் எனும் நிறமிப்பொருளை

அதிகமாக உறிஞ்சிக்கொண்டு ஊதா நிறத்தில் காணப்படுகின்றன. இதனால்தான் இவற்றுக்கு 'ஈசினோபில்' என்று பெயர் வந்தது.

2. ஈசினோபில் அணுக்களுக்கும் நோய் எதிர்ப்பாற்றலுக்கும் உள்ள தொடர்பை 130 ஆண்டுகளுக்கு முன்பு 'பால் எர்லிச்' (Paul Ehrlich) எனும் விஞ்ஞானி கண்டுபிடித்தார்.

3. ஈசினோபிலியா வேறு வெப்ப மண்டல ஈசினோபிலியா நோய் வேறு என்று கண்டுபிடித்ததோடு அதற்குத் தனிப் பெயரும் சூட்டியவர் வெய்ன்கார்டன் (Weingarten) எனும் டென்மார்க் விஞ்ஞானி.

12

குளூட்டன் எனும் வில்லன்!

அலர்ஜி ஆகும் உணவுகளில் கோதுமை, பார்லி, ஓட்ஸ் போன்ற தானிய உணவுகள் மிக முக்கியமானவை. காரணம் இவற்றில் 'குளூட்டன்' (Gluten) எனும் புரதம் இருக்கிறது. இதுதான் பலருக்கு வில்லன் ஆகி, 'சிலியாக் நோயை' (Coeliac Disease) ஏற்படுத்துகிறது. இந்த நோய் உள்ளவர்கள் மிகச் சரியான உணவுமுறையைப் பின்பற்றினால் மட்டுமே நோயிலிருந்து விடுபட முடியும். இல்லை என்றால், இது வாழ்நாள் முழுவதும் தொல்லை தரும்.

நோய் ஏற்படும் விதம்:

குளூட்டன் அலர்ஜி உள்ளவர்களுக்கு அது உள்ள உணவைச் சாப்பிட்டதும், உணவுப் பாதையில் உள்ள ஐஜிஏ (IgA) எதிரணுக்கள் எண்ணிக்கையில் அதிகரிக்கின்றன. இவை குளூட்டனை தம் எதிரியாகப் பாவித்து குடலை விட்டு விரட்டுகின்றன. இந்தப் போரில் குடலில் உள்ள குடல் உறிஞ்சிகள் (Villi) அழிக்கப் படுகின்றன. இப்படி, ஒவ்வொருமுறையும் குளூட்டன் உள்ள உணவை உண்ணும்போதும் இந்தப் போராட்டம் நிகழ்வதால், ஒரு கட்டத்தில் இவர்களுக்குக் குடல் உறிஞ்சிகளே இல்லை என்னும் நிலை உருவாகிறது. நாம் சாப்பிடும் உணவில் உள்ள சத்துகளை உறிஞ்சி ரத்தத்தில் சேர்ப்பதற்கு குடல் உறிஞ்சிகள் குறிப்பிட்ட

எண்ணிக்கையில் இருக்கவேண்டியது அவசியம். ஆனால், இவர்களுக்குக் குடல் உறிஞ்சிகளே இல்லை என்கிறபோது, உணவுச் சத்துகள் உறிஞ்சப்படாமல் மலத்தில் வெளியேறிவிடும். இதனால், சத்துக் குறைவு நோய்களும் செரிமானப் பிரச்னைகளும் ஏற்படும்.

அறிகுறிகள்:

சிலியாக் நோய் குழந்தைமுதல் பெரியவர்கள்வரை எல்லோருக்கும் வரலாம். பெரும்பாலும் அலர்ஜி பாதிப்பு உள்ள குடும்பத்தில் பிறந்தவர்களுக்கு இந்த நோய் ஏற்படுகிற வாய்ப்பு அதிகம். ஆரம்பத்தில் நோயின் அறிகுறிகள் வெளியில் தெரியாமல் இருக்கும். நாளடைவில் வயிற்றில் வாயு சுற்றுவது போலிருக்கும். வயிறு உப்பும். உணவைச் சாப்பிட்டதும் வயிறு வலிக்க ஆரம்பிக்கும். வாந்தி வரும். சிலருக்கு வயிற்றுப்போக்கு ஏற்படும். இன்னும் சிலருக்கு மலச்சிக்கல் ஏற்படும். அல்லது இந்த இரண்டும் மாறி மாறி தொல்லை தரும். மலம் வழுவழுப்பாகவும் மிகுந்த நாற்றத்துடனும் வெளியேறும். குறிப்பாக, சாப்பிட்டதும் மலம் கழிக்கத் தோன்றும். குளூட்டன் இல்லாத உணவைச் சாப்பிட ஆரம்பித்தால், இந்த அறிகுறிகள் எல்லாம் ஒரே நாளில் மறைந்துவிடும்.

இந்த நோயைக் கவனிக்கத் தவறுபவர்களுக்கு நாளடைவில் ரத்தசோகை ஏற்படுவதால், எந்த நேரமும் களைப்பாக இருப்பார்கள். வாய்ப்புண் அடிக்கடி தொல்லை தரும். உடல் எடை குறையும். கை, கால்களில் மதமதப்பு, எரிச்சல், ஊசி குத்தும் வலி போன்ற அறிகுறிகளும் காணப்படலாம். எலும்பு வலுவிழப்பு நோய் (Osteoporosis) வரலாம். குழந்தைகளுக்கு இந்த நோய் ஏற்பட்டால், உடல் வளர்ச்சி வயதுக்கு ஏற்றபடி இருக்காது. குழந்தையின் நடவடிக்கைகள் எல்லாமே மந்தமாக இருக்கும். பற்கள் வளர்வது தாமதப்படும். திருமணமான வளரிளம் வயதினருக்கு இது ஏற்படுமானால், குழந்தை பிறப்பது தாமதமாகும். அவ்வப்போது முதுகு, முழங்கால், முழங்கை மற்றும் பிட்டத்தில் உள்ள சருமத்தில் கடுமையான அரிப்பும் எரிச்சலுடன் கூடிய கொப்பளங்கள் தோன்றும். தைராய்டு பிரச்னை மற்றும் முடக்குவாதமும் ஏற்படலாம்.

என்ன பரிசோதனை?

நோய் அறிகுறிகளை மட்டும் பரிசீலித்து, சிலியாக் நோய் உள்ளவர்களைச் சரியாகக் கணிப்பது மிகவும் சிரமம். காரணம், கிரான் நோய் (Chron's disease), குடல் எரிச்சல் நோய் (Irritable

Bowel Syndrome - IBS) போன்ற நோய்களின் அறிகுறிகளும் இவ்வாறே இருக்கும். இதனால், மருத்துவர்களுக்கே குழப்பத்தை உண்டாக்கும். ரத்தத்தில் 'ஐஜிஏ எதிரணுக்கள் பரிசோதனை' செய்து. இவற்றின் எண்ணிக்கை அதிகமாக இருக்கிறது என்றால், இந்த நோய் உள்ளதை உறுதி செய்யலாம். குடலில் 'பயாப்சி' எடுத்துப் பரிசோதனை செய்து இதை உறுதிப்படுத்தலாம். 'கேப்சூல் எண்டோஸ்கோப்பி' பரிசோதனையில் குடல் உட்சுவரின் தன்மையைப் பார்த்து, இந்த நோயைச் சரியாகக் கணிக்கலாம். சமீபத்தில் இந்த நோய்க்கு மரபணுப் பரிசோதனைகளும் வந்துள்ளன. DQ2, DQ8 எனும் மரபணுக்கள் (Genes) ரத்தத்தில் காணப்படுபவர் களுக்கு இந்த நோய் ஏற்படுவது தெரியவந்துள்ளது.

என்ன சிகிச்சை?

சிலியாக் நோய்க்குத் தனிப்பட்ட சிகிச்சை எதுவும் இல்லை. குளூட்டன் இல்லாத உணவுகளைச் சாப்பிடுவதுதான் இது வராமல் தடுக்கும் ஒரே வழி. அரிசி மாவு, உருளைக்கிழங்கு மாவு, கடலை மாவு, சோயா மாவு, சோள மாவு, மக்காச்சோள மாவு, கம்பு மாவு, கேழ்வரகு மாவு, ஆரோரூட் மாவு ஆகியவற்றில் தயாரிக்கப்பட்ட உணவுகள் இவர்களுக்குப் பாதுகாப்பான உணவுகள் என்று பொதுவாகச் சொல்லலாம். இந்த நோயின்போது வைட்டமின்கள் மற்றும் தாதுக்களின் அளவும் உடலில் குறைவதால், வைட்டமின் பி காம்ப்ளெக்ஸ் மாத்திரை, இரும்புச் சத்து மாத்திரை, கால்சியம், வைட்டமின்-டி மாத்திரை, துத்தநாகம், போலிக் அமிலம், தாமிரம் கலந்த சத்து மாத்திரைகளை மருத்துவரை ஆலோசித்துச் சாப்பிடுவது நல்ல பலன் தரும்.

குளூட்டன் இல்லாத உணவுகள் - சேர்த்துக்கொள்ள வேண்டியவை:

உணவுகள்:

இட்லி, தோசை, இடியாப்பம், ஆப்பம், பொங்கல், வடை, அரிசியில் தயாரிக்கப்பட்ட நூடுல்ஸ், சிறுதானியங்களில் தயாரிக்கப்பட்ட உணவுகள்.

பால் பொருள்கள்:

பால், மோர், தயிர், லஸ்ஸி, பன்னீர், வீட்டில் தயாரிக்கப்பட்ட மில்க் ஷேக்.

அசைவ உணவுகள்:

கோழி இறைச்சி, ஆட்டிறைச்சி, மீன், முட்டை.

ஸ்நாக்ஸ்:

வேகவைத்த வேர்க்கடலை, பாப்கார்ன், ஸ்வீட் கார்ன், வறுத்த கடலை.

பானங்கள்:

காபி, தேநீர், வீட்டில் தயாரிக்கப்பட்ட காய்கறி சூப், எலுமிச்சைச் சாறு, பழச்சாறுகள்.

இனிப்புப் பொருள்கள்:

வெல்லம், தேன், ரசகுல்லா, அல்வா, லட்டு.

ஆர்கானிக் உணவுகள், காய்கறிகள் மற்றும் பழங்கள்.

குளூட்டன் உள்ள உணவுகள் - தவிர்க்கப்பட வேண்டியவை:

பொதுவாகச் சொன்னால், கோதுமை, பார்லி மற்றும் ஓட்ஸில் தயாரிக்கப்பட்ட எல்லா உணவுகளையும் பட்டியல் போட்டு கட்டாயம் தவிர்க்கவேண்டும். என்றாலும், ஓர் ஆதாரக் குறிப்புக்காக அந்த உணவுகளையும் இங்கே பட்டியல் தந்துள்ளேன்.

உணவுகள்:

ரொட்டி, பூரி, சப்பாத்தி, நாண், புரோட்டா, நூடுல்ஸ், மால்ட் கலந்த பண்டங்கள், வினிகரில் தயாரிக்கப்பட்ட உணவுகள், உருளைக்கிழங்கு சிப்ஸ், ஃபிரஞ்சு ஃபிரை, கஸ்டர்ட் பவுடரில் தயாரிக்கப்பட்ட உணவுகள்.

பேக்கரிப் பண்டங்கள்:

பிஸ்கட், ரஸ்க், குக்கீஸ், கேக், பன், பீஸா, பர்கர். சமோசா, பிரட் ரோல், டோஃபீ, வெனிலா கலந்த இனிப்புகள், கார்ன்ஃபிளேக்ஸ், பாலாடைக்கட்டி, சான்ட் விச், ஷாஸ், கேட்ச் அப், சூப் மிக்ஸர்கள், சூயிங்கம், மில்க் கேக், ஜிலேபி, குலோப்ஜாமுன், ஐஸ்கிரீம், சாக்லேட்.

செயற்கை உணவுகள்:

பதப்படுத்தப்பட்ட உணவுகள், பாக்கெட் உணவுகள், செயற்கை நிறமூட்டிகள், மணமூட்டிகள், உணவுச் சேர்க்கைப் பொருள்கள்.

பானங்கள்:

ஹார்லிக்ஸ், பூஸ்ட், போர்ன்விட்டா, இன்ஸ்டன்ட் காபி, பீர்.

அசைவ உணவுகள்:

தந்தூரி சிக்கன், கிரில் சிக்கன், புகையில் வாட்டிய எல்லா இறைச்சிகள், கிரேவி, டிக்கா மசாலா.

உணவுகள் அல்லாத பொருள்கள்:

லிப்ஸ்டிக் போன்ற அழகு சாதனப் பொருள்கள், தபால் தலை, சில குழாய் மாத்திரைகள் (Capsule).

அலர்ஜி டேட்டா!

- சிலியாக் நோய் உலகில் மேற்கத்திய நாடுகளில் 100ல் ஒருவரிடம் காணப்படுகிறது.
- ஆரம்பத்தில், இது ஐரோப்பிய நாடுகளில்தான் காணப்பட்டது.
- இந்தியாவில் முதன் முதலில் கோதுமை உணவை அதிகம் உபயோகிக்கின்ற வட மாநிலங்களில் மட்டுமே இந்த நோய் காணப்பட்டது.
- இப்போது, தமிழ்நாடு உட்பட தென்னிந்திய மக்களிடமும் இந்த நோய் காணப்படுகிறது.
- சமீபகாலமாக, தென்னிந்திய மக்கள் விரைவு உணவுகள், பாக்கெட் உணவுகள் போன்ற மேற்கத்திய உணவுகளை விரும்பிச் சாப்பிடுவது இதற்கு ஒரு முக்கியக் காரணமாக அறியப் பட்டுள்ளது.
- தமிழ்நாட்டில் 100 பேருக்கு இந்த நோய் இருக்கிறது என்றால், 5 பேருக்கு மட்டுமே இது சரியாகக் கணிக்கப்பட்டு, நோய்த் தடுப்புமுறைகளைக் கையாள்கின்றனர்.

✱ மீதி 95 பேருக்கு நோய் இருக்கிறது என்றாலும், நோய் கணிக்கப்படாமல், நோய்த் தடுப்புக்கு வழி இல்லாமல், நோயுடன் போராடுகின்றனர்.

✱ மரபணு மாற்றப்பட்ட விதைகள் வந்தபிறகு, அவற்றின் விளைச்சலால் விளையும் காய்கறி மற்றும் பழங்களைச் சாப்பிட நேர்வதால், இந்த நோய் ஆண்டுதோறும் அதிகரித்து வருகிறது.

✱ 20 ஆண்டுக்கு ஒருமுறை இது இரண்டு மடங்கு அதிகரித்து விடுகிறது என்கிறது ஒரு புள்ளிவிவரம்.

✱ உலகில் ஜப்பானில் மட்டும் இந்த நோய் இல்லை. காரணம், அவர்களது உணவுமுறை.

13

பால் ஒவ்வாமை

'பால் சாப்பிட்டால் எனக்கு அலர்ஜியாகி, வயிற்றில் பிரச்னை தொடங்கிவிடும்' என்று புலம்புவோரைக் கேள்விப்பட்டிருப்பீர்கள். பால், ஒரு பரிபூரண உணவு என்கிறோம். குழந்தைமுதல் பெரியோர் வரை அனைவருக்கும் தேவைப்படும் ஒரு முக்கிய உணவாக இதைக் கருதுகிறோம். இதுவே அலர்ஜி ஆகிவிட்டால், நம் ஆரோக்கியத்தைக் காப்பது எப்படி? கொஞ்சம் விரிவாகவே பார்ப்போமா?

காரணம் என்ன?

பாலில் லேக்டோஸ் எனும் சர்க்கரை இருக்கிறது. இதை செரிப்பதற்கு சிறுகுடலில் லேக்டேஸ் எனும் என்சைம் சுரக்கிறது. குடித்த பால் சிறுகுடலுக்கு வந்ததும், இது லேக்டோஸை குளுக்கோஸாகவும் கேலக்டேஸாகவும் உடைக்கிறது. இதனால், குடல் உறிஞ்சிகள் இந்தச் சத்துக்களை எளிதாக உறிஞ்சி ரத்தத்துக்கு அனுப்புகின்றன.

சிலருக்குக் குடலில் லேக்டேஸ் என்சைம் குறைந்த அளவில் உற்பத்தியாகும். இன்னும் சிலருக்குக் கொஞ்சம்கூட உற்பத்தியாவது இல்லை. அப்போது பாலில் உள்ள லேக்டோஸ் செரிக்கப்படாமல்,

பெருங்குடலுக்குச் சென்றுவிடும். அங்கு இயல்பாக உள்ள பாக்டீரியாக்கள் செரிக்கப்படாத லேக்டோஸுடன் வினைபுரியும். இதன் விளைவால், பல செரிமானப் பிரச்னைகள் உருவாகும். இந்த நிலைமையைப் பொதுமக்கள் பரவலாக 'பால் ஒவ்வாமை' (Milk Allergy) என்கிறார்கள். மருத்துவர்கள் இதை 'பால் ஒத்தியலாமை' (Lactose Intolerance) என்கிறார்கள்.

வகைகள்

1. **பரம்பரை பால் ஒத்தியலாமை:** பரம்பரை வழியாகக் கடத்தப்படும் கோளாறு இது. லேக்டேஸ் என்சைம் உற்பத்திக்குக் காரணமான எல்.சி.டி. (LCT) மரபணுவில் பிழை ஏற்படுவதால் இவ்வகைப் பால் ஒத்தியலாமை ஏற்படுகிறது. அப்பா, அம்மா இருவருக்கும் இந்தப் பிரச்னை இருந்தால், குழந்தைக்கும் இது ஏற்படும்.

2. **முதல்நிலை பால் ஒத்தியலாமை:** இவ்வகைதான் பெரும் பாலோருக்கு ஏற்படுகிறது. பொதுவாக, குழந்தைப் பருவத்தில் பால் செரிமானத்துக்குத் தேவைப்படும் அளவுக்கு லேக்டேஸ் என்சைம் உற்பத்தியாகும். பாலில் இருந்து திட உணவுக்கு மாறும்போது, இது சுரக்கப்படும் அளவு குறைந்துவிடும். பால் மற்றும் பாலில் தயாரிக்கப்பட்ட உணவு எதுவானாலும் செரிமானமாக சிரமப்படும். இந்தப் பிரச்னை வயதாக ஆக நீடிக்கவே செய்யும்.

3. **இரண்டாம் நிலை பால் ஒத்தியலாமை:** குடலில் சில நோய்கள் தாக்கும்போது தற்காலிகமாக லேக்டேஸ் என்சைமின் உற்பத்தி பாதிக்கப்படும். உதாரணத்துக்கு, சிலியாக் நோய், கிரான் நோய், ரோட்டா வைரஸ் தொற்று போன்றவற்றில் சிறுகுடலில் உள்ள குடல் உறிஞ்சிகள் அழிக்கப்பட்டுவிடும். இதனால் லேக்டோஸ் செரிமானம் ஆவதற்குச் சிரமப்படும். குறைப் பிரசவமான குழந்தைகளுக்கு லேக்டேஸ் உற்பத்தி இருக்காது என்பதால் இதே பிரச்னை ஏற்படும்.

தூண்டும் காரணிகள்

★ இது பெரியவர்களுக்கு ஏற்படுவதே நடைமுறை. பிறந்த குழந்தைகளுக்கும் சிறு குழந்தைகளுக்கும் மிக அரிதாகவே இது ஏற்படுகிறது.

★ லேக்டேஸ் என்சைமை உற்பத்தி செய்கின்ற குடல் செல்கள் எட்டாவது கர்ப்ப மாதத்தில்தான் உருவாகும். இதற்குள்

குழந்தை பிறந்துவிட்டால், அக்குழந்தைக்குப் பால் ஒத்தியலாமை ஏற்படும்.

★ பாக்டீரியா மற்றும் ரோட்டா வைரஸ்களால் ஏற்படும் வயிற்றுப்போக்கு பால் ஒத்தியலாமையைத் தூண்டும். இந்த நோய்கள் குணமானதும் பாலுக்கான செரிமானப் பிரச்னையும் சரியாகிவிடும்.

★ சிலியாக் நோயும் கிரான் நோயும் பால் ஒத்தியலாமையை ஏற்படுத்துபவையே. இந்த நோய்கள் சாமானியமாக குணமாவதில்லை என்பதால், இவற்றால் பாதிக்கப்பட்ட வர்களுக்குப் பால் ஒத்தியலாமையும் நீடிக்கும்.

★ வயிற்றில் ஏற்படும் புற்றுநோய்க்குக் கீமோதெரபி மற்றும் கதிரியக்க சிகிச்சை தரப்படும்போது, சிறுகுடலில் லேக்டேஸ் என்சைம் உற்பத்தியாவது பாதிக்கப்படும். இதன் விளைவாக, புற்றுநோய் சிகிச்சைக்கு உள்ளாகிறவர்களுக்குப் பால் ஒத்தியலாமை ஏற்படும் வாய்ப்பு அதிகரிக்கிறது.

அறிகுறிகள் என்ன?

பால் அல்லது பாலில் தயாரிக்கப்பட்ட உணவைச் சாப்பிட்ட அரை மணிநேரத்திலிருந்து இரண்டு மணி நேரத்துக்குள் வயிற்றைக் கலக்குவதுபோலிருக்கும். இதைத் தொடர்ந்து வயிற்றுப்போக்கு ஏற்படும். குமட்டலும் வாந்தியும் வரும். வயிற்றில் வாயு சுற்றுவது போல் இருக்கும். வயிற்று உப்புசம். வயிற்றைப் பிசைகிற மாதிரி வயிற்று வலி போன்றவை ஏற்படும்.

என்ன பரிசோதனை?

பால் மற்றும் பால் சார்ந்த உணவுகளை ஒரு வாரத்துக்குச் சாப்பிடாமல் இருந்தால், இந்த நோயின் அறிகுறிகள் எல்லாமே குறைந்துவிடும். இதை வைத்தே நோயைக் கணித்துவிட முடியும். என்றாலும், நோயை 100 சதவிகிதம் உறுதி செய்ய விரும்பினால், கீழ்க்காணும் பரிசோதனைகள் தேவைப்படும்.

1. ***ஹைட்ரஜன் சுவாசப் பரிசோதனை:*** பயனாளியை லேக்டோஸ் அதிகமுள்ள ஓர் உணவைச் சாப்பிடச் சொல்லி, அவருடைய மூச்சுக் காற்றில் எவ்வளவு ஹைட்ரஜன் இருக்கிறது என்று பரிசோதிப்பது இதன் செயல்முறை. வழக்கமாக, நம் மூச்சில் இது மிகவும் குறைந்த அளவிலேயே இருக்கும். பால்

ஒத்தியலாமை உள்ளவர்களின் சிறுகுடலில், செரிக்கப்படாத லேக்டோஸ் பெருங்குடலுக்கு வந்து, அங்குள்ள பாக்டீரியாக் களுடன் வினைபுரியும்போது ஹைட்ரஜன் மிக அதிக அளவில் உற்பத்தியாகும். இது குடலில் உறிஞ்சப்பட்டு, நுரையீரலுக்கு வந்து, வெளிமூச்சில் வெளிப்படும். இதை அளந்து பால் ஒத்தியலாமை நோயைக் கணிக்க முடியும்.

2. **லேக்டோஸ் ஒத்தியலாமை பரிசோதனை:** இந்தப் பரிசோதனையின்போது, லேக்டோஸ் மிகுந்த ஒரு திரவத்தைப் பயனாளிக்குக் குடிக்கக் கொடுப்பார்கள். இரண்டு மணி நேரம் கழித்து, அவருடைய ரத்தத்தில் உள்ள குளுக்கோஸை அளப்பார்கள். பொதுவாக, லேக்டோஸ் சரியான அளவில் செரிமானம் ஆகியிருந்தால், ரத்தக் குளுக்கோஸ் அளவு அதிகரிக்கும். இல்லை என்றால், அதிகரிக்காது. இது பால் ஒத்தியலாமை நோயை உறுதி செய்ய உதவும்.

3. **மலம் அமிலப் பரிசோதனை:** மேற்சொன்ன இரு பரிசோதனை களையும் குழந்தைகளுக்குச் செய்வது சிரமம். ஆகவே, இவர்களுக்கு மலப் பரிசோதனை செய்யப்படும். குடலில் செரிக்கப்படாத லேக்டோஸ் மலத்தில் லேக்டிக் அமிலத்தை உற்பத்தி செய்யும். குழந்தைகளின் மலத்தில் இந்த அமிலம் இருக்கிறதா என்பதைத் தெரிந்துகொள்வதன் வழியாக இந்த நோயைக் கணிக்கலாம்.

4. **திசுப் பரிசோதனை:** பயனாளியின் சிறுகுடலிலிருந்து சிறிதளவு திசுவை வெட்டி எடுத்து 'பயாப்சி' பரிசோதனை செய்தும் இந்த நோயைக் கண்டறியலாம்.

என்ன சிகிச்சை?

இந்த நோய்க்குத் தனிப்பட்ட சிகிச்சை எதுவும் இதுவரை இல்லை. பால் மற்றும் பாலில் தயாரிக்கப்பட்ட உணவுகளைச் சாப்பிடாமல் இருப்பது ஒன்றுதான் இந்த நோயைத் தடுக்கும் ஒரே வழி. முற்றிலும் இந்த உணவுகளைத் தவிர்க்க இயலாதவர்கள், குறைந்த அளவில் இவற்றை எடுத்துக்கொள்ளலாம். இதைக்கூட ஒரே நேரத்தில் சாப்பிடாமல், சிறிய இடைவெளியில் அடிக்கடி சாப்பிடுவது இன்னும் நல்லது.

ஒருவருக்கு எந்த உணவு ஒத்துக்கொள்வது இல்லை என்பதை அறிய, ஒரு வாரத்துக்கு தினமும் சாப்பிடும் உணவை ஒரு டைரியில் எழுதி வைத்துக்கொண்டு, அதிகம் தொல்லை தரும் உணவு எது, குறைந்த அளவில் தொல்லை தரும் உணவு எது என்பதைக் குறித்துக்கொள்ள வேண்டும். அதிகம் தொல்லை தரும் உணவுகளை முழுவதுமாகத் தவிர்க்கவேண்டும். குறைந்த தொல்லை தருவதை சிறிது சிறிதாகச் சாப்பிடலாம். லேக்டோஸ் குறைவாக உள்ள உணவுகளைத் தெரிந்துகொண்டு, (அட்டவணை காண்க) அவற்றை அடிக்கடி சாப்பிட்டுக்கொள்ளலாம்.

குழந்தைகளுக்கு லேக்டோஸ் இல்லாத செயற்கைப் பால் பவுடர் கிடைக்கிறது. இதைப் பயன்படுத்தலாம். பெரியவர்களுக்கு பாலுக்கு மாற்றாக சோயா பால் உதவும். மோருக்குப் பதிலாக தயிர் சாப்பிடலாம். (தயிரில் லேக்டோஸ் இருக்கிறது என்றாலும் அதிலுள்ள பீட்டா கேலக்டோசைடேஸ் எனும் என்சைம் லேக்டோஸை செரிக்கும் குணம் உடையது.) பாலை மட்டும் தனியாகக் குடிப்பதற்குப் பதிலாக, திட உணவைகளைச் சாப்பிட்டு முடித்ததும் குடிக்கலாம். கடையில் வாங்கும் ஐஸ்கிரீமுக்கு மாற்றாக வீட்டில் தயாரிக்கப்பட்ட ஐஸ்கிரீம் நல்லது. புரோபயாடிக்ஸ் மாத்திரைகள் சிலருக்கு உதவக்கூடும். பயன்படுத்திப் பார்க்கலாம்.

லேக்டோஸ் ஒரு சதவிகிதத்துக்குக் குறைவாக உள்ள உணவுகள் - சேர்த்துக்கொள்ள வேண்டியவை:

★ சோயா பாலில் 100 சதவிகிதம் லேக்டோஸ் இல்லை.

★ சைவம் மற்றும் அசைவ சூப்புகள், காய்கறிகள், பழங்கள், கிழங்குகள், மக்காச்சோள உணவுகள், சாலட்கள், சான்ட்விட்ச் உணவுகள், ரஸ்க், இன்ஸ்டன்ட் காபி, ஃபிரஞ்சு ஃபிரை, பிஸ்கட்டுகள், இறைச்சி, முட்டை, ஓட்ஸ்.

லேக்டோஸ் இரண்டு சதவிகிதத்துக்கு அதிகமுள்ள உணவுகள் - தவிர்க்கப்பட வேண்டியவை:

★ பால் மற்றும் மோர், தயிர், நெய், வெண்ணெய், பாலாடைக்கட்டி, உள்ளிட்ட பாலில் தயாரிக்கப்பட்ட உணவுகளும் இனிப்புகளும்.

★ கிரீம் கேக்குகள், பேக்கரி பண்டங்கள், குழந்தைகளுக்கான செயற்கைப் பால் பவுடர்கள் (லேக்டோஸ் உள்ளவை), சாஸ்கள், புட்டிங்க்ஸ், கற்கண்டு, வெல்லம், சாக்லேட்.

உணவு	அளவு	லேக்டோஸ்
பால்	250 மி.லி	11 கிராம்
ஆடை நீக்கப்பட்ட பால்	250 மி.லி.	11 - 14 கிராம்
மோர்	250 மி.லி.	9 - 11 கிராம்
வெண்ணெய்	ஒரு தேக்கரண்டி	0.15 கிராம்
கேக் கிரீம்	15 கிராம்	0.6 கிராம்
தயிர்	250 மி.லி	11 - 15 கிராம்.
காட்டேஜ் சீஸ்	30 கிராம்	5 - 6 கிராம்
செட்டர் சீஸ் (Cheddar cheese)	30 கிராம்	0.15 கிராம்
கிரீம் சீஸ்	30 கிராம்	0.9 கிராம்

அலர்ஜி டேட்டா!

✸ கொழுப்பு அதிகமாக உள்ள உணவுகளில் லேக்டோஸ் குறைவாக இருக்கும்.

✸ பொதுவாக, இரண்டு சதவிகிதம்வரை லேக்டோஸ் இருந்தால் பாதிப்பு அவ்வளவாகத் தெரிவதில்லை. இதற்கு மேல் லேக்டோஸ் இருந்தால் மட்டுமே பாதிப்பு ஆரம்பிக்கும்.

✸ உலகில் கோடிக்கணக்கான குழந்தைகளுக்கும் பெரியவர்களில் 100ல் 60 பேருக்கும் பால் ஒத்தியலாமை இருக்கிறது.

✸ ஆப்பிரிக்கா, அமெரிக்கா, ஆசிய கண்டங்களில் உள்ள மக்களிடம் இந்தப் பாதிப்பு அதிகமாகக் காணப்படுகிறது.

✸ இந்தியாவில் தோராயமாக 70 சதவிகிதம் மக்களை இது பாதித்துள்ளது.

✸ இந்தியாவில் வட மாநில மக்களைவிட தமிழ்நாடு உட்பட தென்னிந்திய மக்களிடம் இது அதிகம் காணப்படுகிறது.

14

உணவு ஒவ்வாமை

மாறிவிட்ட நம் உணவுப்பழக்கம் காரணமாகவும், செயற்கை உரங்கள் மற்றும் பூச்சிக்கொல்லி மருந்துகளால் விளையும் காய்கறிகள், பழங்களை உண்பதன் காரணமாகவும், கடந்த கால் நூற்றாண்டு காலமாக, உணவு ஒவ்வாமையால் ஏற்படும் பிரச்னை அதிகரித்து வருகிறது. அதிலும் முக்கியமாக குழந்தைகள்தான் உணவு ஒவ்வாமையால் பெரிதும் பாதிக்கப்படுகிறார்கள்.

அலர்ஜி ஆகும் உணவுகள்

குறிப்பிட்ட ஓர் உணவைச் சாப்பிட்டு, அதனால் தோல் தடிப்பு, அரிப்பு போன்ற தொந்தரவுகள் ஏற்பட்டால் அது உணவு ஒவ்வாமை. சமீபத்திய புள்ளிவிவரப்படி சுமார் 170 உணவுகளுக்கு ஒவ்வாமை ஏற்படுவதாக அறியப்பட்டு உள்ளது. ஒவ்வொரு வருக்கும் ஒவ்வோர் உணவு அலர்ஜி ஆகும். எனவே, பொதுவான பரிந்துரைகள் எல்லோருக்கும் பொருந்துவது இல்லை.

அதிகம் அலர்ஜி ஆகிற சில பொருள்களை மட்டும் இங்கே குறிப்பிட விரும்புகிறேன். பால், தயிர், பாலாடைக்கட்டி, லஸ்ஸி, கோதுமை, முட்டை, வேர்க்கடலை, மக்காச்சோளம், கடல் மீன்கள், இறால், நண்டு, கருவாடு, இறைச்சி, கத்திரிக்காய், தக்காளி, எலுமிச்சை,

பயறு, வெங்காயம், உருளைக்கிழங்கு, செர்ரி பழங்கள், சாக்லேட், நட்ஸ் வகைகள், நல்லெண்ணெய், கடுகு எண்ணெய், செயற்கை குளிர்பானங்கள், வனஸ்பதி ஆகியவைதான் பெரும்பாலும் அலர்ஜியை ஏற்படுத்துகின்றன. பொதுவாக, அதிகம் வண்ணம் சேர்க்கப்பட்ட உணவுகள், பதப்படுத்தப்பட்ட உணவுகள், செயற்கை நறுமணம் கலந்த உணவுகள் போன்றவற்றில் அலர்ஜியைத் தூண்டும் ரசாயனங்கள் இருக்கும். உதாரணத்துக்கு, பதப்படுத்தப்பட உதவும் பொருள்களில் உள்ள அசோ சாயங்கள்; செயற்கை நிறமிகளில் உள்ள டார்ட்ரசீன்.

காரணம் என்ன?

பிடிக்காத பொருளை உடலிலிருந்து வெளியேற்ற ரத்தத்தில் உருவாகும் 'இம்யூனோகுளோபுலின் இ' (IgE) எனும் எதிர்ப்புரதம் தான் உணவு ஒவ்வாமை ஏற்படுவதற்கு அடிப்படைக் காரணம். இதை ரத்த செல்கள் உருவாக்குகின்றன. பிடிக்காத பொருள் முதல் முறையாக உடலுக்குள் நுழைந்ததும், மீண்டும் வராமல் தடுக்க இந்தப் புரதம் உருவாகி, ரத்தத்தில் காத்திருக்கும். மீண்டும் அதே ஒவ்வாத பொருள் உடலுக்குள் நுழையும்போது, இது ஒவ்வாமைப் பொருளுடன் சேர்ந்து மாஸ்ட் செல்களைத் தூண்டும். இதன் காரணமாக மாஸ்ட் செல்கள் 'ஹிஸ்டமின்', 'லுயூக்கோட்ரின் (Leukotriene) எனும் வேதிப்பொருள்களை வெளியேற்றும். இவை, ரத்தக்குழாய்களை விரிவடையச் செய்து, அங்கு உள்ள நரம்பு முனைகளைத் தாக்கும். அதன் விளைவால்தான் அரிப்பு, தடிப்பு, தோல் சிவந்து வீங்குவது, வயிற்றுவலி போன்றவை ஏற்படுகின்றன.

மரபு வழியில் பெற்றோருக்கு உணவு ஒவ்வாமை இருக்குமானால், அவர்களின் குழந்தைகளுக்கும் வரலாம். அதேசமயம் பெற்றோருக்கு அலர்ஜி ஆகும் உணவுகள்தான் குழந்தைகளுக்கும் அலர்ஜியாக வேண்டும் என்பதில்லை. பிறந்த குழந்தைகளுக்குத் தாய்ப்பால் சரியாக வழங்கப்படவில்லை என்றாலும், நோய் எதிர்ப்பு சக்தி குறைந்து இருந்தாலும் உணவு ஒவ்வாமை ஏற்படலாம்.

அறிகுறிகள் என்ன?

உணவு ஒவ்வாமையால் ஏற்படும் அறிகுறிகள் பல வகைப்படும். இவை ஒவ்வொருவருக்கும் ஒவ்வொரு விதமாக ஏற்படும். காரணம், உடலில் எந்த இடத்தில் 'ஐஜிஇ' (IgE) எதிர்ப்புரதமும் மாஸ்ட் செல்களும் வினைபுரிகின்றனவோ, அந்த இடத்தில் அலர்ஜிக்கான அறிகுறிகள் தோன்றும்.

வயிற்றில் ஏற்படும் அறிகுறிகள்:

உணவைச் சாப்பிட்ட அரை மணிநேரத்திலிருந்து இரண்டு மணி நேரத்துக்குள் வாய் மற்றும் உதட்டில் அரிப்பு ஏற்படும். நாக்கும் உதடும் வீங்கிவிடும். பிறகு, தொண்டை அடைக்கும். விழுங்கு வதற்குச் சிரமம் ஏற்படும். தொடர்ச்சியாக ஏப்பம் வரும். வயிற்றைப் பிசைகிற மாதிரி வலி, குமட்டல், வாந்தி வரும். வயிற்றுப்போக்கு ஏற்படும். சிலருக்கு மலச்சிக்கல் உண்டாவதும் உண்டு.

தோலில் ஏற்படும் அறிகுறிகள்:

தோலில் பல இடங்களில் பூரான் கடித்த மாதிரி வீங்கிவிடும். தோல் தடித்துச் சிவந்துவிடும். சிலருக்கு இந்தத் தடிப்பு தோலில் கத்தியால் கீறியதுபோல் கோடுகோடாக இருக்கும். இன்னும் சிலருக்கு வட்ட வட்டமாகத் தோல் தடித்துவிடும். கண் இமை, உதடு, காது வீங்கிவிடும். இந்த ஒவ்வாமை அடிக்கடி நேர்ந்தால் 'எக்சீமா' எனும் தோல் தடிப்பு நோய் நிரந்தரமாகிவிடும்.

சுவாச மண்டல அறிகுறிகள்:

அடுக்குத் தும்மல், மூக்கு ஒழுகுதல், மூக்கடைப்பு, மூக்கு அரிப்பு, இருமல், இளைப்பு, ஆஸ்துமா போன்ற அறிகுறிகள் ஏற்படும்.

பொதுவான அறிகுறிகள்:

குரல் மாறும். உடல் சோர்வாக இருக்கும். தலைவலி உண்டாகும். படபடப்பு அல்லது மயக்கம் வரலாம்.

ஒவ்வாமை தலைவலி

சாக்லேட், பால், பாலாடைக்கட்டி, ஈரல், இறைச்சி, சோயா சாஸ் ஆகிய உணவுகளில் 'டைரமின்' எனும் வேதிப்பொருள் அதிகமாக உள்ளது. இது குடலில் மோனோஅமைன் ஆக்ஸிடேஸ் எனும் என்சைமால் சிதைக்கப்படவேண்டும். சிலருக்கு இந்த என்சைம் குறைவாகச் சுரக்கும். அப்போது டைரமின் முறையாகச் சிதைக்கப் படாமல் அப்படியே ரத்த ஓட்டத்தில் கலந்துவிடும். இதன் விளைவாக, ரத்த அழுத்தம் அதிகரித்து கடுமையான தலைவலி ஏற்படும். இதுபோல், பலதரப்பட்ட சூப்புகளிலும் சாஸ்களிலும் அஜினோமேட்டா எனும் உப்பு சேர்க்கப்படுகிறது. அதில் மோனோசோடியம் குளூட்டமேட் எனும் வேதிப்பொருள் உள்ளது. இது ரத்தக்குழாய்களை விரிவடையச் செய்து தலைவலியை உண்டாக்கும்.

ஆபத்தான அறிகுறிகள்:

உணவு ஒவ்வாமை சில சமயங்களில் உயிருக்கே உலை வைப்பதும் உண்டு. ஒருமுறை என் நண்பர் ஒருவர் அலுவலக கேண்டீனில் பர்கர் சாப்பிட்டதும் மயங்கிவிட்டார். என்னிடம் அழைத்து வந்தனர். பரிசோதித்தபோது, நாடி தளர்ந்து, ரத்த அழுத்தம் மிகவும் கீழே இறங்கி உயிருக்கு ஆபத்தான நிலையில் காணப்பட்டார். அவசர சிகிச்சைகளை உடனடியாக ஆரம்பித்துக் காப்பாற்றினேன். அவருக்கு மயக்கம் தெளிந்ததும்தான் காரணம் தெரிந்தது. அவருக்கு ஏற்கெனவே பால் அலர்ஜி இருந்தது. எனவே, அவர் பால் சாப்பிட மாட்டார். ஆனால், அன்றைக்கு அவர் பர்கரை பாலாடைக்கட்டியில் தோய்த்துச் சாப்பிட்டிருக்கிறார். பாலாடைக்கட்டி அவருக்கு ஒப்பவில்லை. பொதுவாக, ஓர் உணவுக்கு ஒவ்வாமை இருக்கிறது என்றால், அந்த உணவைக்கொண்டு தயாரிக்கப்படும் எந்த உணவையும் உடல் ஒப்புக்கொள்ளாது என்பதற்கு இந்தச் சம்பவம் ஓர் உதாரணம்.

ஒருவருக்கு ஒருமுறை ஏற்பட்ட அறிகுறிகள்தான் மீண்டும் ஏற்படும் என்பதில்லை. ஒவ்வொருமுறையும் இந்த அறிகுறிகள் மாறலாம். ஒருமுறை லேசாகத் தோன்றியவை அடுத்தமுறை கடுமையாக இருக்கவும் வாய்ப்பு உண்டு.

வழக்கத்தில், குழந்தைகளுக்கு எல்லா அறிகுறிகளையும் சொல்லத் தெரியாது. தொண்டையை இறுக்குவதுபோல் இருக்கிறது, நாக்கு அரிக்கிறது, வயிற்றைப் பிசைகிற மாதிரி இருக்கிறது என்று மட்டுமே சொல்வார்கள். பெற்றோர்கள் இவற்றை அலட்சியப் படுத்தாமல், உடனடியாகக் குழந்தையை மருத்துவரிடம் அழைத்துச் சென்று சிகிச்சை பெற வேண்டும்.

என்ன பரிசோதனை?

வழக்கத்தில் எந்த உணவைச் சாப்பிடும்போது ஒவ்வாமை குணங்கள் தோன்றுகின்றன என்பதைக் கவனித்தாலே இந்த நோயைக் கணித்துவிடலாம். தேவைப்பட்டால், ரத்தப் பரிசோதனை, மேற்கொள்ளப்படும். உணவு ஒவ்வாமை உள்ளவர்களுக்கு ரத்தத்தில் குறிப்பிட்ட உணவுக்கான ஐஜிஇ அளவு (Allergen specific serum IgE) அதிகரித்திருக்கும். இதைத் தொடர்ந்து அலர்ஜியை அறிய உதவும் தோல் பரிசோதனைகள் மற்றும் பட்டைப் பரிசோதனைகள் செய்யப்படும். சிலருக்கு ஒவ்வொரு உணவாகக் கொடுத்துப் பார்த்து எந்த உணவுக்கு ஒவ்வாமை உள்ளது என்று கணிப்பதும் உண்டு.

என்ன சிகிச்சை?

இந்த நோய்க்குத் தனிப்பட்ட சிகிச்சை எதுவும் இதுவரை இல்லை. ஒவ்வாமை அறிகுறிகளைக் கட்டுப்படுத்தவே சிகிச்சை தரப்படும். ஒருவருக்கு ஒருமுறை ஓர் உணவு அலர்ஜி ஆகிறது என்றால், அந்த உணவை அவர் அடுத்தமுறை சாப்பிடக்கூடாது என்பதுதான் அலர்ஜியைத் தடுக்கும் பொதுவான விதி. முக்கியமான விஷயம், உணவு ஒவ்வாமை உள்ளவர்களுக்கு வீட்டுச் சாப்பாடே நல்லது. அடிக்கடி ஹோட்டல் மற்றும் கேண்டீன்களில் சாப்பிட்டால், ஒவ்வாமை ஏற்படுவதற்கு அதிக வாய்ப்புண்டு. நமக்கு அலர்ஜி ஆகும் உணவுப்பொருள்கள் ஹோட்டல்களில் பயன்படுத்தப்படும் சட்டி, கரண்டி, தட்டுகளில் கொஞ்சமே ஒட்டிக்கொண்டு இருந்தாலும், நாம் சாப்பிடும் அலர்ஜி இல்லாத உணவுடன் அவை ஒட்டிக் கொண்டு வந்துவிட்டால், அப்போதும் அலர்ஜி ஆகும் வாய்ப்பு பெருகும். இதைத் தவிர்க்கவே இந்த யோசனை.

கவனத்தில் கொள்க!

★ ஒவ்வாமைத் தன்மை உள்ள உணவுப் பொருள் துளி இருந்தாலும் பிரச்னை ஏற்படும். முக்கியமாக, கலப்பட உணவுகளில் இந்த ஆபத்து அதிகம்.

★ உணவுகளைச் சாப்பிட்டால்தான் அலர்ஜி ஆகும் என்பதில்லை. முகர்ந்து பார்த்தாலும் அலர்ஜி ஆகும்.

★ சமைத்த உணவுகளைவிட சமைக்காத உணவுகளில்தான் ஆபத்து அதிகம்.

★ குழந்தைக்கு இரண்டு வயதுவரை தாய்ப்பால் தரவேண்டியது முக்கியம்.

★ செயற்கைப் புட்டிப்பால் தருவதைத் தவிர்க்கவேண்டும்.

★ ஆறு மாதங்கள் முடிந்த பிறகு திட உணவுகளைக் கொஞ்சம் கொஞ்சமாகவே அறிமுகப்படுத்த வேண்டும்.

★ அலர்ஜி ஆகும் உணவுகள் பெரும்பாலும் புரதச் சத்துள்ளவையாகவே இருக்கும். இவற்றைத் தவிர்ப்பது பல சத்துக் குறைவு நோய்களுக்கு இடம் தரும். ஆகவே, தகுந்த உணவியலாளர் உதவியுடன் தினசரி சாப்பிட வேண்டிய உணவுகளைத் திட்டமிட்டுக் கொள்வது நல்லது.

★ அலர்ஜி ஆகும் சில உணவுகள்கூட வயது ஏற ஏற அலர்ஜி தன்மையை இழந்துவிடும். உதாரணத்துக்கு, சிறு குழந்தைகளுக்குப் பசும் பால் அலர்ஜி ஆகும். இவர்களுக்கு மூன்று வயது முடியும்போது இந்த அலர்ஜி மறைந்துவிடும்.

★ முட்டைக்கு அலர்ஜி உள்ளவர்கள், முட்டைக் கருவில் தயாரிக்கப்படும் தடுப்பூசிகளைப் போடக்கூடாது. உதாரணத்துக்கு ஃப்ளூ தடுப்பூசி, எம்எம்ஆர்வி தடுப்பூசி.

★ உணவுப் பொருள்களில் உள்ள லேபிள்களைக் கவனித்து, அவற்றில் எந்தவகையான பொருள்கள் சேர்க்கப்பட்டுள்ளன என்பதைத் தெரிந்து, அலர்ஜி ஆகிற பொருள்கள் இருந்தால் ஒதுக்கிவிட வேண்டும்.

அலர்ஜி டேட்டா!

✸ உலகில் சுமார் 60 கோடி மக்கள் உணவு ஒவ்வாமையால் அவதிப்படுகிறார்கள்.

✸ இந்தியாவில் 100ல் 8 குழந்தைகளுக்கு உணவு ஒவ்வாமை உள்ளது. பெரியவர்களிடம் 100ல் 4 பேருக்கு இந்தத் தொந்தரவு ஏற்படுகிறது.

✸ குழந்தைகளுக்கு ஒரு வயதுக்குள் உணவு ஒவ்வாமை ஏற்பட்டு விடுகிறது. பால், முட்டை, சாக்லேட் இவர்களுக்கான முக்கிய அலர்ஜி உணவுகள்.

✸ உணவு ஒவ்வாமை உள்ளவர்களுக்கு ஆஸ்துமா, அரிப்பு, தோல் தடிப்பு நோய் உள்ளிட்ட வேறு அலர்ஜி நோய்களும் சேர்ந்து உள்ளன.

✸ பால், கோதுமை, முட்டை, மீன், வேர்க்கடலை ஆகியவை தமிழகத்தின் டாப் ஃபைவ் அலர்ஜி உணவுகள்.

15

பூச்சிக்கடி ஒவ்வாமை

பூச்சி கடித்தால் அலர்ஜி ஆகும் என்பது பலருக்கும் தெரிந்த விஷயம்தான். அதற்காக நம் ஊரில் எறும்புக் கடிக்கும் தேனி கடிப்பதற்கும் யாரும் பயப்படுவதில்லை. ஆனால், அமெரிக்காவில் இந்த இரண்டுக்கும் ரொம்பவே பயப்படுகிறார்கள். 'டெக்சாஸ் ஃபயர் ஆன்ட்' (Texas fire ant) எனும் எறும்பும், 'ஹைமினோப்டெரா' (Hymenoptera) எனும் தேனியும் கொட்டியதால் பலருக்கும் அலர்ஜி பாதிப்பு ஏற்பட்டு இறந்தே போயிருக்கின்றனர். அமெரிக்காவில்தான் என்றில்லை, இந்தியாவிலும் இப்படிப்பட்ட சம்பவங்கள் நடந்திருக்கின்றன. கேரளாவில் ஒரு வகை 'நெருப்பு எறும்பு' இருக்கிறது. இது கடித்துவிட்டால், மரணத்தின் வாசல் வரை சென்றுவிட்டுத்தான் திரும்ப வேண்டும். எனவே, பூச்சிக்கடி தானே என்று அலட்சியமாக இருந்துவிடக் கூடாது என்பதை எச்சரிக்கவே இந்தச் சம்பவங்களைச் சொன்னேன்.

அலர்ஜி ஆகும் பூச்சிகள்

எறும்பு, கொசு, தேனி, குளவி, சிலந்தி. வண்டு, உண்ணி, மணல் ஈ, முதல் சாதாரண பூச்சிகளான கரப்பான் பூச்சி, பாச்சான் பூச்சி, பட்டாம் பூச்சி, வீட்டு ஈ, முடப்பாச்சை வரை எந்தப் பூச்சி கடிக்க நேர்ந்தாலும் நமக்கு அலர்ஜி பாதிப்புகள் ஏற்படுகின்றன.

பொதுவாக, தேனி வளர்ப்போர், தோட்ட வேலையாட்கள், காட்டில் வேலை செய்வோர், கூப்புத் தொழிலாளிகள், வன அதிகாரிகள், மலை வாழ் மக்கள் போன்றோருக்குப் பூச்சிக்கடி பாதிப்பு அதிகம்.

காரணம் என்ன?

பூச்சிகளின் எச்சிலில் நச்சுத்தன்மை உள்ள ஒரு வகைப் புரதம் இருக்கிறது. இதுதான் நம் உடலில் அலர்ஜியைத் தூண்டுகிறது. அப்போது இதற்கு எதிராக 'இம்யூனோகுளோபுலின் இ' (IgE) எனும் எதிர்ப் புரதம் ரத்தத்தில் உருவாகிறது. இது பூச்சியின் நச்சுப் புரதத்தை உடலில் இருந்து வெளியேற்ற முயற்சிக்கிறது. இதன் காரணமாக மாஸ்ட் செல்கள் 'ஹிஸ்டமின்', 'லுயூக்கோட்ரின் (Leukotriene) வேதிப்பொருள்களை வெளியேற்ற, இவை, ரத்தக்குழாய்களை விரிவடையச் செய்து, அங்கு உள்ள நரம்பு முனைகளைத் தாக்கும். அதன் விளைவால் அரிப்பு, தடிப்பு, தோல் சிவந்து வீங்குவது, வாந்தி. மயக்கம் போன்றவை ஏற்படுகின்றன.

அறிகுறிகள் என்ன?

பூச்சிக்கடியால் அலர்ஜி ஆகும்போது கடித்த இடத்தில் மூன்று விதமாக அறிகுறிகள் வெளிப்படும். முதல்வகையில், தோல் அரிக்கும். சிவக்கும். தடிக்கும். லேசாக வலிக்கும். லேசாக காய்ச்சல் வரும். இவை ஒரு சில தினங்களே காணப்படும். இரண்டாவது வகையில், அரிப்பும் வீக்கமும் கடுமையாக இருக்கும். உதாரணத்துக்கு, மணிக்கட்டில் பூச்சி கடித்தால், கை முழுவதும் வீங்கிவிடும். கையைத் தூக்க முடியாத அளவுக்கு வலி அதிகமாக இருக்கும். கடிபட்ட இடம் மட்டுமல்லாமல், கண் இமைகள், காது மடல்கள், உதடு, பிறப்பு உறுப்புப் பகுதிகள் ஆகியவற்றில் நீர் கோத்த வீக்கங்கள் காணப்படும். இவை ஒரு வாரம்வரை நீடிக்கும்.

மூன்றாவது வகையில், கடுமையான தலைவலி ஏற்படும். வயிறு வலிக்கும். வாந்தி வரும். தொண்டையை அடைக்கும். எச்சில்கூட விழுங்க முடியாது. மூச்சு விடுவது சிரமமாக இருக்கும். படபடப்பாக இருக்கும். மயக்கம் வரும். இதுதான் மோசமான வகை. உடனே கவனிக்கவேண்டும். இல்லை என்றால் பாதிக்கப் பட்டவரின் உயிருக்கு ஆபத்து நேரலாம். முக்கியமாக, ஏற்கெனவே ஆஸ்துமா, எக்சீமா, மருந்து அலர்ஜி உள்ளவர்களுக்கு இந்த மாதிரியான மோசமான விளைவுகள் ஏற்பட அதிக வாய்ப்பு உண்டு. இவர்கள்தான் எச்சரிக்கையாக இருக்கவேண்டும்.

பூச்சிகளின் உலகம்!

- ★ நாட்டு ஓடு வேய்ந்த வீடுகளில் குளவி, தேனி, தேள் பூரான் போன்ற ஜந்துக்களின் நடமாட்டம் அதிகமாக இருக்கும்.
- ★ ஈரமும் இருட்டும் நிறைந்த குளியல் அறைகளில் கரப்பான் பூச்சி, பூரான் ஆகியவை குடியிருக்க வாய்ப்புகள் அதிகம்.
- ★ வீட்டுத் தோட்டங்களிலும் பூந்தோட்டங்களிலும் பழ மரங்களிலும் குளவியும் தேனியும் கூடு கட்டும்.
- ★ தோட்டங்களில் கற்களுக்கு அடியில் தேள்கள் வசிக்க அதிக வாய்ப்பு உண்டு. ஆகவே கற்களைப் புரட்டும்போது கவனம் தேவை.

என்ன முதலுதவி?

லேசான அரிப்பு, தடிப்புகளுக்கு காலமின் லோஷன் அல்லது ஸ்டீராய்டு கலந்த கிரீமைத் தேய்க்கலாம். வீக்கத்தைத் தேய்க்கக் கூடாது. வீக்கம் கடுமையாக இருந்தால், கடித்த முனையில் குண்டூசி கொண்டு குத்தி, நச்சை அகற்ற முயற்சிக்கலாம். உதாரணமாக, குளவி கொட்டிய இடத்தில் கூர்மையான முள் போன்ற உறுப்பு சில சமயம் சருமத்தில் புதைந்து இருக்கலாம். அதனை அகற்றிவிட வேண்டும். கடித்த இடத்தில் மோதிரம், வளையல், மெட்டி, பிரேஸ்லெட் போன்றவை இருந்தாலும் அகற்றிவிட வேண்டும்.

கடிபட்ட இடத்தைச் சோப்பு போட்டுக் கழுவிச் சுத்தம் செய்து, ஈரத்துணியால் இறுக்கமாகக் கட்டவேண்டும். இருபது நிமிடங்களுக்கு ஒருமுறை துணிக்கட்டைத் தளர்த்தி, மீண்டும் இறுக்கிக் கட்ட வேண்டும். பனிக்கட்டி ஒற்றடமும் தரலாம். பனிக்கட்டியை அப்படியே கடித்த இடத்தின் மேல் வைக்கக்கூடாது. அதை லேசான பருத்தித் துணியில் சுற்றி, கடிபட்ட இடத்தில் ஒற்றடம் கொடுக்க வேண்டும். மருத்துவ சிகிச்சைக்கும் ஏற்பாடு செய்ய வேண்டும்.

என்ன சிகிச்சை?

அலர்ஜிக்கான அறிகுறிகளைக் கட்டுப்படுத்துவதற்கு சிகிச்சை தரப்படுவது நடைமுறை. முடிந்தவரை கடித்த பூச்சியை மருத்துவமனைக்கு எடுத்துச் சென்று காண்பித்தால், பூச்சியின் விஷத்

தன்மையைத் தெரிந்துகொண்டு, அதற்கேற்ப சிகிச்சையைத் தரமுடியும். சிகிச்சையை விரைவுபடுத்தி உயிருக்கு நேரும் ஆபத்தைத் தடுக்க முடியும். ஒரே சமயத்தில் ஒன்றுக்கு மேற்பட்ட பூச்சிகள் கடித்து விட்டால்தான் உயிருக்கு ஆபத்து ஏற்படுவது அதிகம். அப்போது எவ்வளவு விரைவாக மருத்துவமனைக்குச் செல்கிறோமோ அவ்வளவு விரைவாக ஆபத்தையும் தவிர்க்கலாம்.

ஒருவருக்கு எறும்பு போன்ற சாதாரணமாகப் பூச்சி கடித்தாலும் உயிருக்கு ஆபத்து நேரும் வகையில் மோசமாக அலர்ஜி ஆகிறது என்றால், 'வீனம் இமுனோதெரபி' சிகிச்சை தரப்படும். இதுபோல் பூச்சிக் கடியால் அலர்ஜி ஆகும் வாய்ப்பு அதிகமுள்ள நபர்களுக்கும் இதை மருத்துவர்கள் பரிந்துரைப்பார்கள். இதை மூன்றிலிருந்து ஐந்து வருடங்களுக்குத் தொடர்ந்து மேற்கொள்ளவேண்டும். இதற்குப் பணச்செலவு சிறிது அதிகம் ஆகும். சருமப் பரிசோதனை மற்றும் ரத்தப் பரிசோதனை செய்து, 'இம்யூனோகுளோபுலின் இ' அளவைத் தெரிந்து அதற்கேற்ப தடுப்பு மருந்துகள் தரப்படுவதும் வழக்கத்தில் உள்ளது.

விஷக்கடிகளைத் தவிர்க்க என்ன செய்யலாம்?

★ பூச்சிகள் அதிகம் வாழும் தோட்டம், வயல், காடு போன்ற இடங்களுக்குச் செல்லும்போது, முழுக்கைச் சட்டை, முழுக்கால் பேண்ட் அணிந்து செல்வது பாதுகாப்பானது. முகத்துக்கு மாஸ்க் அணிந்துகொள்ளலாம்.

★ பூச்சிகளைக் கவரக்கூடிய அடர் வண்ணத்திலான ஆடைகளைத் தவிர்க்கவும்.

★ வாசனை திரவியங்களை போட்டுக்கொண்டு பூச்சிகள் இருக்கும் இடத்துக்குப் போகாதீர்கள்.

★ தகுந்த காலணிகளை அணிந்துகொண்டு வெளியில் செல்லுங்கள். குறிப்பாக, புல் தரைகளில் வெறுங்காலோடு நடக்காதீர்கள்.

★ அழுகிய உணவுகளை உடனுக்குடன் அப்புறப்படுத்துங்கள்.

★ குளியல் அறைகளை அடிக்கடி கழுவிச் சுத்தமாக வைத்துக் கொள்ளுங்கள்.

★ குளவிக் கூடுகளையோ, தேன் கூட்டையோ தேவையில்லாமல் கலைக்க வேண்டாம்.

★ துணிமணிகள், கை உறைகள், கால் உறைகள், ஷூக்கள் போன்றவற்றை அணிவதற்கு முன் நன்கு உதறிவிட்டுப் பயன்படுத்தினால், பூரான், தேள் போன்றவை கடிக்காமல் தப்பிக்கலாம்.

★ வீட்டுச் சுவர்களில் பூச்சிகளுக்கான எதிர் மருந்துகளைக் குறிப்பிட்ட கால இடைவெளியில் பூசிக்கொள்ளவேண்டும்.

அலர்ஜி டேட்டா!

உலகில் ஜிம்பாவே நாட்டில்தான் பூச்சிக் கடியால் பாதிக்கப் படுபவர்கள் அதிகம்.

✸ உலக மக்கள் தொகையில் 25 சதவிகிதம் பேருக்குப் பூச்சிக்கடி பாதிப்பு ஏற்படுகிறது.

✸ தமிழகத்தில் தென்னை மரம் / பனை மரத்தில் வசிக்கும் வண்டுகள் மிகவும் அதிகமான விஷம் கொண்டவை.

✸ பூச்சிக் கடியால் அலர்ஜி ஆகும் 100ல் 8 பேருக்கு மூன்றாம் வகை அலர்ஜியும், 26 பேருக்கு இரண்டாம் வகை அலர்ஜியும், மீதிப் பேருக்கு முதல் வகை அலர்ஜியும் ஆகின்றன.

16

மருந்து ஒவ்வாமை

'எனக்கு பெனிசிலின் அலர்ஜி' என்றும், 'சல்பா மாத்திரைகள் எனக்கு ஒத்துக்கொள்ளாது' என்றும் பேச்சு வழக்கில் பலர் சொல்லக் கேள்விப்பட்டிருப்பீர்கள். உணவைப்போலவே எந்த மருந்தும் யாருக்கும் அலர்ஜி ஆகலாம். சாதாரண அரிப்புப் பிரச்னையில் தொடங்கி உயிருக்கே ஆபத்து ஏற்படுத்துவதுவரையிலான பாதிப்புகளையும் மருந்து ஒவ்வாமை ஏற்படுத்தலாம்.

அலர்ஜி ஆகும் மருந்துகள்

பெனிசிலின், ஆஸ்பிரின், அனால்ஜின், சல்பா மருந்துகள், செபலோஸ்போரின் மருந்துகள், என்எஸ்ஏஐடி (NSAID) என்று அழைக்கப்படுகிற வலி நிவாரணி மருந்துகள், மலேரியாவுக்கான மருந்துகள், வலிப்பு மருந்துகள், இன்சுலின், உலோகம் கலந்த மருந்துகள், தடுப்பூசிகள், ஹார்மோன் மருந்துகள், ரத்தப் பொருள்கள் போன்றவை அதிகம் அலர்ஜி ஆகின்றன.

காரணம் என்ன?

மருந்து என்பது மாத்திரை, திரவ மருந்து, ஊசி மருந்து, களிம்பு மற்றும் லோஷன் போன்ற மேற்பூச்சு மருந்து, உறிஞ்சக் கூடிய

மருந்து எனப் பல வடிவங்களில் கிடைக்கிறது. ஒரு மருந்தின் மூலக்கூறுப் பொருள்களுக்கு அலர்ஜி ஆவது வழக்கம். அல்லது அதைத் தயாரிக்கும்போது சேர்க்கப்படும் சில கலப்புப் பொருள் களுக்கும் அலர்ஜி ஆகலாம். கேப்சூல் மாத்திரைகளில் உள்ள உறை கூட அலர்ஜி ஆகிறது. மருந்துகளுக்கு நிறம் கொடுக்கும் பொருள் களும் அலர்ஜியை ஏற்படுத்தலாம். உதாரணத்துக்கு, மஞ்சள் நிறம் தருகின்ற டார்ட்ரசீன், சிவப்பு நிறம் தருகின்ற அமராந்த் முக்கிய மானவை. இதுபோல், மருந்துகள் கெட்டுப்போகாமல் இருக்கப் பயன்படுத்தப்படும் சோடியம் பென்சோவேட், ஹைட்ராக்சி பென்சோவேட், சல்பர் டை ஆக்ஸைடு போன்றவையும் அலர்ஜி பிரச்னைகளை ஏற்படுத்துகின்றன.

இங்கு ஒரு விஷயத்தைக் கவனத்தில் கொள்வது நல்லது. மருந்துகளுக்கு அலர்ஜி ஏற்படுவது வேறு. ஒரு மருந்தை அளவுக்கு அதிகமாகச் சாப்பிடும்போதும், இரண்டு மூன்று மருந்துகளைச் சேர்த்துச் சாப்பிடும்போதும், மருந்துகளின் பக்கவிளைவாகவும் சில அறிகுறிகள் தோன்றும். இவற்றிலிருந்து அலர்ஜிக்கான அறிகுறி களை வேறுபடுத்தத் தெரிந்துகொள்ளவேண்டும். உதாரணமாக, ஒரு மருந்தைச் சாப்பிடும்போது வாயில் புண் வரலாம். சிலருக்கு வயிற்றுப்போக்கு ஏற்படலாம். இவை அந்த மருந்தின் பக்கவிளைவுகள்; அலர்ஜியால் இல்லை.

ஒவ்வாமை ஏற்படுவது எப்படி?

இந்தத் தொடரின் ஆரம்பத்தில் உடனடி ஒவ்வாமை, திசு சார்ந்த ஒவ்வாமை, தடுப்பாற்றல் சார்ந்த ஒவ்வாமை. தாமதமான ஒவ்வாமை என ஒவ்வாமையின் வகைகளைப் பற்றிப் பார்த்தோம். நாம் பயன்படுத்தும் மருந்தைப் பொறுத்து மருந்து ஒவ்வாமையில் தான் எல்லா வகை விளைவுகளும் ஏற்படுவதுண்டு.

உடனடி ஒவ்வாமை என்பது தடுப்பாற்றல் மண்டலத்தில் ஐஜிஇ (IgE) எதிரணு உருவாவதால் ஏற்படுவது. பெனிசிலின் ஊசி மருந்துக்கு இவ்வகை ஒவ்வாமை ஏற்படும். இது சாதாரண அரிப்பில் ஆரம்பித்து, உயிருக்கு ஆபத்து ஏற்படும்வரை பல அறிகுறிகளைத் தோற்றுவிக்கும். ஐஜிஎம் (IgM) அல்லது ஐஜிஜி (IgG) எதிரணு உருவாவதால் திசு சார்ந்த ஒவ்வாமை ஏற்படுகிறது. இதன் விளைவால் உடலில் ஏதாவது ஓர் உறுப்பு பாதிக்கப்படும். உதாரணமாக, பெனடாயின் மருந்தால் ஒவ்வாமை ஏற்படும்போது சிறுநீரகம் பாதிக்கப்படும். ஐஜிஜி (IgG) எதிரணு உருவாவதால் தடுப்பாற்றல் சார்ந்த ஒவ்வாமை ஏற்படுகிறது. இதற்கு ஓர்

உதாரணம், சல்பனாமைடு மருந்து ஒவ்வாமையால் ருமட்டாய்டு மூட்டுவலி வருவது. தாமதமான அலர்ஜி என்பது தோலில் சிறிய வீக்கம், தோல் சிவப்பது போன்ற சாதாரண அறிகுறிகளைத்தான் ஏற்படுத்தும். களிம்புகளில் உள்ள பாராபென்ஸ் எனும் வேதிப் பொருள் காய்ச்சலையும் இருமலையும் ஏற்படுத்துவதை இதற்கு உதாரணமாகச் சொல்லலாம்.

அறிகுறிகள்

மருந்து ஒவ்வாமையால் ஏற்படும் அறிகுறிகள் பல வகைப்படும். இவை ஒவ்வொருவருக்கும் ஒவ்வொரு விதமாக ஏற்படும். காரணம், உடலில் எந்த இடத்தில், எந்த மாதிரி ஐஜிஇ, ஐஜிஎம், ஐஜிஜி எதிர்ப் புரதங்களும் மாஸ்ட் செல்களும் வினைபுரிகின்றனவோ, அதைப் பொறுத்து அலர்ஜிக்கான அறிகுறிகள் தோன்றும்.

தோலில் ஏற்படும் அறிகுறிகள்:

தோலில் பல இடங்களில் அரிப்பு உண்டாகும். தோல் தடித்துச் சிவந்துவிடும். சிலருக்கு இந்தத் தடிப்பு நிரந்தரமாகிவிடும். கண் இமை, உதடு, காது வீங்கிவிடும்.

சுவாச மண்டல அறிகுறிகள்:

அடுக்குத் தும்மல், மூக்கு ஒழுகுதல், மூக்கடைப்பு, மூக்கு அரிப்பு, இருமல், இளைப்பு, ஆஸ்துமா போன்ற அறிகுறிகள் ஏற்படும்.

வயிற்றில் ஏற்படும் அறிகுறிகள்:

மருந்தைச் சாப்பிட்ட அரை மணிநேரத்திலிருந்து இரண்டு மணி நேரத்துக்குள் வாய் மற்றும் உதட்டில் அரிப்பு ஏற்படும். நாக்கும் உதடும் வீங்கிவிடும். பிறகு, தொண்டை அடைக்கும். விழுங்கு வதற்குச் சிரமம் ஏற்படும். வயிற்றைப் பிசைகிற மாதிரி வலி, குமட்டல், வாந்தி வரும். வயிற்றுப்போக்கு ஏற்படும்.

உறுப்பு சார்ந்த பிரச்னைகள்:

ஒவ்வாமையானது ரத்தக் குழாயைப் பாதித்தால், ரத்தக்குழாய் அழற்சி வரும். கல்லீரலைப் பாதித்தால் காமாலை வரும். சிறுநீரகத்தைப் பாதித்தால், சிறுநீரக அழற்சி வரும். ரத்தத்தையே பாதித்தால் ரத்தசோகை மற்றும் சீரம் சிக்னஸ் நோய் வரும்.

அதிர்ச்சி ஒவ்வாமை (Anaphylaxis): மருந்து ஒவ்வாமையால் ஏற்படும் கேடுகளில் மிகவும் மோசமானது இதுதான். பாதிக்கப்

ஸ்டீவன்ஸ் ஜான்சன் சின்ட்ரோம்!

மருந்து ஒவ்வாமை காரணமாக தோலில் ஏற்படும் மிக மோசமான நோய் Stevens-Johnson Syndrome. இந்த நோய் வந்தவர்கள் 100ல் 30 பேர் மரணமடைகின்றனர். இது பெரும்பாலும் பெரியவர்களுக்கே வருகிறது. காய்ச்சல், தலைவலி, இருமல் என நோய் தொடங்கும். முகம், முதுகு, மார்பு ஆகிய இடங்களில் நீர் கோத்த கொப்புளங்கள் தோன்றும். கண், நாக்கு, பிறப்பு உறுப்புப் பகுதிகளிலும் ஆழமான பெரிய அளவிலான கொப்புளங்கள் உண்டாகும். இந்த இடங்களில் தோல் எரிந்துபோன மாதிரி காணப்படும். இவற்றில் நோய்த் தொற்று ஏற்பட்டு நச்சு உருவாகும். இது ரத்தத்தில் கலந்து உயிருக்கு ஆபத்தை ஏற்படுத்தும். நோயை எவ்வளவுக்கு எவ்வளவு சீக்கிரம் கண்டறிந்து சிகிச்சை பெறுகிறோமா, அந்த அளவுக்கு உயிருக்கு நேரும் ஆபத்து குறையும். இதற்கு மருத்துவமனையில் தங்கி சிகிச்சை பெற வேண்டியது அவசியம்.

பட்டவருக்கு ரத்த அழுத்தம் குறைந்து, சுவாசக்குழாய் சுருங்கி, மூச்சுத் திணறல் உண்டாகி, மயக்கம் ஏற்படும். இதற்கு உடனடியாக சிகிச்சை கிடைக்காவிட்டால், உயிருக்கு ஆபத்து நேரும்.

என்ன சிகிச்சை?

அலர்ஜிக்கான அறிகுறிகளைக் கட்டுப்படுத்துவதற்கு சிகிச்சை தரப்படுவது நடைமுறை. சாப்பிட்ட மாத்திரையை மருத்துவரிடம் காண்பித்தால், அதன் தன்மையைத் தெரிந்துகொண்டு, அதற்கேற்ப சிகிச்சையைத் தரமுடியும்; மாத்திரை, திரவ மருந்துகளைவிட ஊசி மருந்துக்குத்தான் உடனடி அலர்ஜி ஏற்படும். ஆபத்தும் அதிகம். வெளியிடங்களில் ஊசி போட்டு அலர்ஜி ஆகிவிட்டால், எவ்வளவு விரைவாக மருத்துவமனைக்குச் செல்கிறோமோ அவ்வளவு விரைவாக ஆபத்தையும் தவிர்க்கலாம். பொதுவாக, ஊசி போட்ட பின் அரை மணி நேரம் மருத்துவமனையில் காத்திருந்து சென்றால், அலர்ஜி ஆபத்துகளைத் தவிர்க்கலாம். ஊசி மருந்துக்கு ஒவ்வாமை இருந்தால், மற்ற மருந்துகளை எடுத்துக்கொள்ளும் முன்பு, ‘டெஸ்ட் டோஸ்’ போட்டு பார்த்த பிறகே பயன்படுத்தவேண்டும். மருந்து ஒவ்வாமை உள்ளவர்களுக்குக் கூருணர்ச்சி நீக்கல் சிகிச்சை

(Desensitization) மூலமும் இமுனோதெரபி மூலமும் சிகிச்சை தரப்படும்.

தடுக்கும் வழிகள்

★ எந்த மருந்துக்கு அலர்ஜி ஆகிறதோ அதை அவர்கள் வாழ்நாளில் எப்போதும் பயன்படுத்தக்கூடாது.

★ அலர்ஜி ஆகும் மருந்தோடு தொடர்புடைய மற்ற மருந்துகளையும் மருத்துவரிடம் கேட்டுத் தெரிந்துகொண்டு அவற்றையும் தவிர்ப்பது நல்லது.

★ அலர்ஜி ஆகும் பொருள் துளி இருந்தால்கூட அதன் அறிகுறிகளைக் காட்டும். எனவே, அந்த மருந்து உள்ள களிம்பு, லோஷன் என எதையும் பயன்படுத்தக்கூடாது.

★ அலர்ஜி ஆகும் மருந்துகளின் பெயர்களை ஓர் அட்டையில் எழுதி வைத்து, அதை எப்போதும் கைவசம் வைத்துக்கொள்ள வேண்டும்.

★ மருத்துவரிடம் சிகிச்சைக்குச் செல்லும்போது முதலில் அந்த அட்டையைக் காண்பித்துவிடவேண்டும்.

★ மருந்து ஒவ்வாமை உள்ளவர்கள் சாதாரண காய்ச்சல், தலைவலிக்குக்கூட மருந்துக் கடைகளில் சுயமாக மருந்து வாங்கிச் சாப்பிடக்கூடாது.

அலர்ஜி டேட்டா!

✸ உலகிலேயே போர்ச்சுகல் நாட்டில்தான் மருந்து ஒவ்வாமையால் பாதிக்கப்படுபவர்கள் அதிகம்.

✸ வீட்டில் யாருக்காவது ஒவ்வாமை இருந்தால், அந்தக் குடும்பத்தில் பிறந்தவர்களுக்கு மருந்து ஒவ்வாமை ஏற்படும் ஆபத்து 75 சதவிகிதம் அதிகரிக்கிறது.

✸ இருக்கும் மருந்துகளில் பெனிசிலினுக்கு அலர்ஜி ஆவதுதான் மிக அதிகம். இதனை அடுத்து வலி நிவாரணி மருந்துகளுக்கு அதிக அலர்ஜி ஆகிறது.

✸ பெரியவர்களுக்கு ஆகும் அலர்ஜி சதவிகிதத்தை ஒப்பிடும்போது குழந்தைகளுக்கு அலர்ஜி ஆவது மிகவும் குறைவு.

17

தன் ஒவ்வாமை

அலர்ஜி நோய்களில் தனித்தன்மை வாய்ந்த ஒரு நோய் வகை இருக்கிறது. அதற்குப் பெயர் 'தன் ஒவ்வாமை நோய்' (Auto immune disorder). உடலில் உள்ள தற்காப்பு அமைப்பு தனக்குத்தானே எதிரி என்று தவறாகப் புரிந்துகொண்டு செயல் படுவதால் ஏற்படும் நோய் இது. இந்தப் பிரிவில் 80க்கும் மேற்பட்ட நோய்கள் உள்ளன. அவற்றில் மிக முக்கியமானதும் நிறைய பாதிப்பு களைத் தருவதுமான 'ருமட்டாய்டு ஆர்த்திரைட்டிஸ்' (Rheumatoid arthritis) எனும் மூட்டுவீக்க நோய் குறித்து இப்போது பார்க்கலாம்.

ருமட்டாய்டு ஆர்த்திரைட்டிஸ்

அலர்ஜியைத் தூண்டும் ஆன்டிஜென்கள் உடலின் வெளியிலிருந்து வந்து நோயை உண்டாக்கும் என்றுதான் இதுவரை பார்த்திருக்கிறோம். அலர்ஜியைப் பொருத்த அளவில் இதுதான் பொதுவான கருத்து. மாறாக, உடலின் இயல்பான திசுக்களே சில நேரங்களில் எதிரிகளாகப் பாவிக்கப்படுகின்றன. அப்போது சில நோய்கள் நமக்கு ஏற்படுகின்றன. அதில் முதலாவது 'ருமட்டாய்டு ஆர்த்திரைட்டிஸ்'.

இது ஒரேநாளில் ஏற்படும் நோயல்ல; கொஞ்சம் கொஞ்சமாக வளர்ந்து, நோயாளிக்கு நிறைய பாதிப்பை ஏற்படுத்தும் ஒரு

நாட்பட்ட நோய். இது எந்த வயதிலும் வரலாம். என்றாலும் 40 வயதுக்கு மேற்பட்டவர்களுக்கு இது அதிக அளவில் பாதிப்பை ஏற்படுத்துவதாக புள்ளிவிவரம் சொல்கிறது. அதிலும் ஆண்களை விட பெண்களுக்குத்தான் இதன் பாதிப்பு அதிகம். பெரும்பாலும் பரம்பரையாகவே இது வருகிறது. புகைபிடிப்பவர்களுக்கும் மது அருந்துபவர்களுக்கும் ஹார்மோன் பிரச்னை உள்ளவர்களுக்கும் சீக்கிரத்தில் இந்த நோய் தாக்கிவிடுகிறது.

அறிகுறிகள் என்ன?

இந்த நோயில் மூட்டுகள் தாக்கப்படுகின்றன. அப்போது அங்கு அழற்சி உண்டாகி, மூட்டுவலி வருகிறது. நோயின் ஆரம்பத்தில் சிறு மூட்டுகளில் வலியும் வீக்கமும் இறுக்கமும் தொல்லை கொடுக்கும். முக்கியமாக காலையில் எழுந்ததும் இந்தத் தொல்லைகள் அதிகமாகத் தோன்றும். விரல்களை நீட்டவோ, மடக்கவோ முடியாமல் போகும். போகப்போக, ஒரே நேரத்தில் பல மூட்டுகள் பாதிக்கப்படும். உடலில் இரண்டு பக்க மூட்டுகளும் ஒரே மாதிரி பாதிக்கப்படுவது இதன் முக்கியமான அறிகுறி.

பெரும்பாலும் கை, மணிக்கட்டு, கால், பாதம் ஆகியவற்றில் உள்ள சிறிய மூட்டுகளில் வீக்கமும் அதிக வலியும் ஏற்படும். மூட்டுகளில் முண்டுகள் (Rheumatoid nodules) தோன்றுவது மற்றொரு முக்கிய அறிகுறி. அடிக்கடி காய்ச்சல் வரும். இவர்களுக்கு மூட்டில் உள்ள குருத்தெலும்பு மட்டுமல்லாமல், சைநோவியம் எனும் உறைப் பகுதியும் அரித்துவிடும். இதனால், காலையில் எழும்போது ஒரு மணி நேரத்துக்கு மேல் கை, கால்களை அசைக்க முடியாத அளவுக்கு மூட்டுவலி கடுமையாக இருக்கும். இந்த மூட்டுவலி சுமார் 6 வாரங்களுக்கு மேல் நீடிக்கும்.

என்ன காரணம்?

ஒவ்வாமை தன்மையுடைய சிலரின் உடலில் இருக்கும் இயல்பான திசுக்களையே தங்கள் எதிரியாக நினைத்து உடலின் நோய் எதிர்ப்பு அமைப்பு தவறாக அடையாளம் காட்டிவிடுகிறது. குறிப்பாக டி நிணநீர் அணுக்கள் இந்தத் தவறைச் செய்கின்றன. பரம்பரை அம்சமாக மரபணுக்களில் கோளாறு உண்டாகும்போது இந்தத் தவறு ஏற்படுகிறது. சில வைரஸ் கிருமிகளும் இந்தச் செயலைத் தூண்டுகின்றன. இவற்றின் விளைவாக, டி நிணநீர் அணுக்களுக்குக் குழப்பம் உண்டாகி, இப்படியான ஒரு தவறான தகவலைத் தந்துவிடுகிறது. அப்போது ரத்தத்தில் அவற்றுக்கு எதிரணுக்கள்

உருவாகின்றன. இவை எந்த உறுப்பின் திசுக்களை எதிரியாகக் கருதியதோ, அந்தத் திசுக்களை முதலில் அழிக்கின்றன. பிறகு, அந்த உறுப்பைச் சிதைக்கின்றன; அதன் செயல்பாட்டை உருக்குலைக்கின்றன. இவற்றின் ஒட்டுமொத்த விளைவாக ஒரு நோய் உருவாகிறது. இந்த எதிர்வினைகள் பெரும்பாலும் மூட்டு, மூட்டு இணைப்புத் திசு, தசை, ரத்தக் குழாய், ரத்தச் சிவப்பணு, நாளமில்லாச் சுரப்பி, சருமம் ஆகியவற்றில்தான் நிகழ்கின்றன. இப்படிப்பட்ட தவறான செயல்பாடுகள் எலும்புச் சிறு மூட்டுகளில் ஏற்படும்போது 'ருமட்டாய்டு ஆர்த்திரைட்டிஸ்' நோய் வருகிறது.

என்ன பரிசோதனைகள்?

1. மூட்டுகளை எக்ஸ்-ரே, சி.டி.ஸ்கேன் அல்லது எம்.ஆர்.ஐ. ஸ்கேன் எடுத்துப் பார்க்க வேண்டும்.

2. **ருமட்டாய்டு ஃபேக்டர் பரிசோதனை** (Rheumatoid factor): ருமட்டாய்டு ஃபேக்டர் என்பது ஓர் எதிரணுப் புரதம் (Antibody). இது ரத்தத்தில் 14 IU/மி.லி. என்ற அளவுக்குக் குறைவாக இருக்க வேண்டும். இது அதிகமாக இருந்தால் ருமட்டாய்டு ஃபேக்டர் இருக்கிறது என்று அர்த்தம். ருமட்டாய்டு ஆர்த்திரைட்டிஸ் நோயாளிகளில் 80 சதவிகிதம் பேருக்கு மட்டுமே இது இருக்கும். இது இல்லை என்பதற்காக நோய் இல்லை என்று கூறிவிட முடியாது. அதேசமயம் சுமார் 10 சதவிகிதம் பேருக்கு நோய் இல்லை என்றாலும் இது இருக்கும். அப்போது மற்ற அறிகுறிகளைக் கவனித்து நோய் தீர்மானிக்கப்படும்.

3. CCP **எதிரணு பரிசோதனை:** நோயின் ஆரம்பக்கட்டத்தில் உள்ளவர்களுக்கு இது சிறந்ததொரு பரிசோதனை.

4. **மூட்டு நீர்ப் பரிசோதனை**(Synovial fluid analysis): மூட்டில் எவ்வகை அழற்சி ஏற்பட்டுள்ளது என்பதைத் தெரிவிக்கும் பரிசோதனை.

5. பொதுவான ரத்தப் பரிசோதனைகளும் தேவைப்படும். இவர்களுக்கு ஹீமோகுளோபின் குறைவாக இருக்கும். ரத்தச் சிவப்பணு படிதல் அளவு (ESR) அதிகமாக இருக்கும்.

6. ரத்த சிஆர்பி பரிசோதனை (C - reactive protein - CRP): இதன் அளவு 100 மில்லி ரத்தத்தில் 3 மிகிக்கு மேல் இருந்தால், ருமட்டாய்டு ஆர்த்ரைட்டிஸ் இருக்க வாய்ப்பு உள்ளது.

என்ன சிகிச்சை?

நோயின் துவக்கத்தில் வலி நிவாரணி மாத்திரைகளும் மூட்டு அழற்சியைக் குறைக்கும் மாத்திரைகளும் தரப்படும். இத்தோடு மூட்டில் ஏற்படும் அழற்சி வினைகளை மாற்றக்கூடிய மீத்தோட்ரெக்ஸேட் (Methotrexate), ஹைட்ராக்சி குளோரோகுவின் (hydroxychloroquine), சல்ஃபாசலசின் (Sulfasalazine), லெஃப்ளுநோமைட் (Leflunomide) ஆகிய மாத்திரைகள் தரப்படும். இவற்றை பல மாதங்களுக்குத் தொடர்ந்து சாப்பிட வேண்டியது முக்கியம். இவற்றுக்குப் பக்க விளைவுகள் உண்டு என்பதால், மருத்துவரின் மேற்பார்வையில் மட்டுமே சாப்பிட வேண்டும்.

மூட்டுகளுக்கு ஓய்வு கொடுக்க வேண்டியதும், தினமும் கை, கால் விரல் மூட்டுகளுக்கு முறைப்படி பயிற்சி தர வேண்டியதும் அடுத்த கட்ட சிகிச்சை. சிலருக்கு நோய் முற்றி, விரல்கள் வளைந்து முற்றிலும் செயல்படாமல் போகும். இப்படிப்பட்டவர்களுக்கு அறுவை சிகிச்சை செய்யப்படுவதும் உண்டு.

இந்த நோயாளிகள் ஊட்டச்சத்து நிறைந்த உணவுகளைச் சாப்பிட வேண்டும். முக்கியமாக ஒமேகா - 3 கொழுப்பு அமிலம் உள்ள உணவுகள் அல்லது மாத்திரைகளைச் சாப்பிட்டால் நல்ல பலன் கிடைக்கும். மது அருந்துவதையும் புகை பிடிப்பதையும் விட்டு விட்டால் நோய் நன்றாகக் கட்டுப்படும்.

முக்கியமான தன் ஒவ்வாமை நோய்கள்

★ அடிசன் நோய் (Addison disease)

★ சிலியாக் நோய் (Celiac disease)

★ கிரேவ்ஸ் நோய் (Graves disease)

★ மயாஸ்தீனியா கிரேவிஸ் (Myasthenia gravis)

★ டெர்மட்டோ மயோசைட்டிஸ் (Dermatomyositis)

★ ஹேஸிமோட்டோ தைராய்டைட்டிஸ். (Hashimoto thyroiditis)

★ டைப் 1 நீரிழிவு நோய் (Type1 diabetes)

★ சிஸ்டமிக் லூப்பஸ் எரித்திமட்டோசஸ் (Systemic lupus erythematosus)

★ பெர்னீசியஸ் அனீமியா (Pernicious anaemia)

★ மல்ட்டிபள் ஸ்கிலிரோசிஸ் (Multiple sclerosis)

★ ரியாக்டிவ் ஆர்த்திரைட்டிஸ் (Reactive arthritis)

அலர்ஜி டேட்டா!

✱ பின்லாந்தில் 'தன் ஒவ்வாமை' நோய்களின் பாதிப்பு உலக அளவில் அதிகம்.

✱ தொற்றுநோய்கள் குறைவாக உள்ள நாடுகளில் தன் ஒவ்வாமை நோய்களின் தாக்கம் கடந்த 10 ஆண்டுகளாக அதிகரித்து வருகிறது.

✱ குழந்தைகளுக்கு ஏற்படும் தன் ஒவ்வாமை நோய்களில் டைப் 1 நீரிழிவு நோய் முன்னிலை வகிக்கிறது.

✱ வைட்டமின் டி குறைவாக உள்ளவர்களை இந்த நோய் அதிகம் பாதிக்கலாம் என சமீபத்திய ஆராய்ச்சி ஒன்று உறுதி செய்துள்ளது.

✱ தயிர் உள்ளிட்ட புரோபயாட்டிக் உணவுகள் மற்றும் மருந்துகள் தன் ஒவ்வாமை நோய்களின் தாக்கத்தைக் குறைக்க உதவுவதாக வும் சமீபத்தில் அறியப்பட்டுள்ளது.

18

வளர்ப்புப் பிராணிகள் ஒவ்வாமை

இரண்டு கைகளிலும் முழங்கை வரை சருமத்தில் அலர்ஜி உண்டாகி, அரிப்பு மற்றும் தடிப்புகளோடு என்னிடம் சிகிச்சை பெறுவதற்கு தங்கள் எட்டு வயது மகளை அழைத்து வந்திருந்தனர் ஒரு பெற்றோர். ஏற்கெனவே அவர்கள் ஒரு டாக்டரைப் பார்த்துவிட்டுத்தான் என்னிடம் வந்திருந்தனர். சோப் அலர்ஜியாகி இருக்கலாம் என்று அவர் சொன்னதால், சோப்பை மாற்றியுள்ளனர். ஆனால், அதிலும் பலனில்லை என்று சொன்னார்கள். நான் அந்தச் சிறுமியைப் பரிசோதித்துவிட்டு, 'உங்கள் வீட்டில் நாய் அல்லது பூனையை வளர்க்கிறீர்களா?' என்று கேட்டேன். அவர்களும் 'ஆமாம், டாக்டர்! இப்போ ஒரு மாதமாகத்தான் ஒரு பூனையை வளர்க்கிறோம். அதை என் மகள் தூக்கிக் கொஞ்சுவாள்' என்று கூறினார்கள்.

'உங்கள் மகளின் அலர்ஜிக்குக் காரணம் பூனைதான். அவளைப் பூனையிடம் நெருங்காமல் பார்த்துக்கொள்ளுங்கள். அலர்ஜி சரியாகிவிடும். மருந்து ஒன்றும் வேண்டாம்!' என்று சொன்னேன். அவர்கள் என்னை நம்பவில்லை. வளர்ப்புப் பிராணிகளிடமிருந்தும் அலர்ஜி ஏற்படும் என்பதைப் புரியவைத்து அனுப்பினேன். அடுத்த ஒரு வாரத்தில் 'குழந்தைக்கு அலர்ஜி சரியாகிவிட்டது, டாக்டர்! ரொம்ப நன்றி!' என்று அவர்களிடமிருந்து போன் வந்தது.

அலர்ஜியை ஏற்படுத்தும் பிராணிகள்

வழக்கத்தில் நாயும் பூனையும்தான் அதிக அளவில் அலர்ஜியை ஏற்படுத்துகின்றன. என்றாலும், சில நேரம் கோழி, கிளி, வாத்து, புறா, முயல், அணில், குதிரை, எலி, சுண்டெலி, பெருச்சாளி, கம்பளிப் பூச்சி போன்றவையும் அலர்ஜியை ஏற்படுத்தக்கூடும். மிக அரிதாக வீட்டில் காணப்படும் பல்லி, கரப்பான்பூச்சி, வளர்ப்பு மீன்கள் ஆகியவையும் அலர்ஜி ஏற்படுத்துவது உண்டு.

அலர்ஜி ஏற்படும் விதம்

வளர்ப்புப் பிராணிகளின் இறந்த செல்கள், உதிர்ந்த ரோமம், உமிழ்நீர், சிறுநீர், மலக் கழிவுகள் ஆகியவை காற்றில் கலந்துவந்து நாசி மற்றும் சரும அலர்ஜியை ஏற்படுத்தும். பறவைகளின் இறகு, எச்சம், குடல் புழுக்கள் போன்றவையும் அலர்ஜிக்குக் காரணமாகின்றன. பல்லி எச்சம், கரப்பான் பூச்சி மற்றும் பாச்சை பூச்சிகளின் கழிவுகள் அலர்ஜி ஆகும் பொருள்களில் முக்கியமானவை.

இவை பெரும்பாலும் கண்ணுக்குத் தெரியாத அளவில் உள்ளன. எனவே, காற்றில் கலந்துவந்து வீட்டில் பல இடங்களில் அமர்ந்து கொள்ளும் முக்கியமாக, உடைகள், ஜன்னல் திரைச்சீலைகள், சோபா செட்டுகள், படுக்கை விரிப்புகள், தலையணை உறைகள், மிதியடிகள், கழிவறை உபகரணங்கள், கைப்பிடிகள் போன்றவற்றில் பல வாரங்களுக்கு வசிக்கும். அப்போது இவை நம் உடலுக்குள் சென்று அலர்ஜியை ஏற்படுத்தும்.

பூனை, நாய், முயல், கிளி, புறா, கோழி போன்ற வளர்ப்புப் பிராணிகளைத் தொட்டுத் தூக்கும்போதும், அவற்றோடு விளையாடும் போதும் மேற்சொன்ன அலர்ஜிப் பொருள்கள் நேரடியாகவே உடலில் பட்டு அலர்ஜிக்கான அறிகுறிகளைக் காட்டும்.

இந்த அலர்ஜி பொருள்கள் உடலுக்குள் சென்றதும் ஆன்டிஜென்களாகச் செயல்படும். அப்போது ரத்தத்தில் 'இம்யூனோகுளோபுலின் இ' (IgE) எனும் எதிர்ப் புரதம் உருவாகும். இது ஒவ்வாமைப் பொருளுடன் சேர்ந்து மாஸ்ட் செல்களைத் தூண்டும். இதன் காரணமாக மாஸ்ட் செல்கள் 'ஹிஸ்டமின்', 'லூயூக்கோட்ரின் (Leukotriene) எனும் வேதிப்பொருள்களை வெளியேற்றும். இவை, ரத்தக்குழாய்களை விரிவடையச் செய்து, அங்கு உள்ள நரம்புமுனைகளைத் தாக்கும். அதன் விளைவால்தான் மூக்கு ஒழுகுவது, தும்மல், சரும அரிப்பு, தடிப்பு, தோல் சிவந்து வீங்குவது போன்றவை ஏற்படுகின்றன.

என்னென்ன அறிகுறிகள்?

எதிர்ப் புரதம் உடலில் எந்த இடத்தில் வினை புரிகிறதோ அந்த இடத்தில் அலர்ஜிக்கான அறிகுறிகள் தோன்றும். இவை ஆளுக்கு ஆள் வேறுபடும். ஒருவருக்கேகூட ஒருமுறை ஏற்படும் அறிகுறிகள் அடுத்தமுறை ஏற்பட வேண்டும் என்பதில்லை. அலர்ஜிப் பொருள் ஒரேமாதிரிதான் என்றாலும் அடுத்தமுறை வேறு அறிகுறிகள் தோன்றலாம்.

சுவாசப்பாதை அறிகுறிகள்: தும்மல், மூக்கு ஒழுகல், மூக்கு அடைப்பு, மூக்கு அரிப்பு, வறட்டு இருமல், ஆஸ்துமா, நெஞ்சு இறுக்கம், சுவாசத்தில் வீசிங் சத்தம் கேட்பது.

கண்ணில் ஏற்படும் அறிகுறிகள்: கண்ணில் எரிச்சல், கண்ணில் நீர் வடிவது, கண் சிவப்பது, இமைகள் வீங்குவது.

சருமத்தில் ஏற்படும் அறிகுறிகள்: அரிப்பு, தடிப்புகள், தோல் அழற்சி நோய், கருப்புநிறத் தடிப்புகள், கரப்பான் நோய்.

மற்றவை: உறக்கமின்மை, சோர்வு, தொண்டை வலி.

என்ன பரிசோதனைகள்?

வழக்கத்தில் எந்த வளர்ப்புப் பிராணியுடன் பழகும்போது ஒவ்வாமை குணங்கள் தோன்றுகின்றன என்பதைக் கவனித்தாலே இந்த நோயைக் கணித்துவிடலாம். தேவைப்பட்டால், ரத்தப் பரிசோதனை, மேற்கொள்ளப்படும். வளர்ப்புப் பிராணி ஒவ்வாமை உள்ளவர் களுக்கு அந்தப் பிராணியோடு பழகும் காலங்களில் மட்டும் ரத்தத்தில் ஐஜிஇ அளவு (Allergen specific serum IgE) அதிகரித்திருக்கும். அந்தப் பிராணியோடு பழகுவதை நிறுத்திவிட்டால், இந்த அளவும் குறைந்து விடும். அலர்ஜியை அறிய உதவும் தோல் பரிசோதனைகள் மற்றும் பட்டைப் பரிசோதனைகளும் செய்யப்படும்.

என்ன சிகிச்சை?

அலர்ஜிக்கான அறிகுறிகளைக் கட்டுப்படுத்துவதற்கு சிகிச்சை தரப்படும். ஆன்டிஹிஸ்டமின் டீகஞ்செஸ்டன்ட், ஸ்டீராய்டு மருந்துகள் கைகொடுக்கும். மூக்கில் விடப்படும் ஸ்டீராய்டு ஸ்பிரே மருந்து உடனடி பலன் கொடுக்கும். அடிக்கடி அலர்ஜி ஆகிறவர் களுக்கு 'இமுனோதெரபி' சிகிச்சை தரப்படும். லுயூக்கோட்ரின் (Leukotriene modifiers) மாற்று மருந்துகளைத் தடுப்பு மருந்தாக டாக்டர் கூறும் கால அளவுக்குத் தொடர்ந்து எடுத்துக்கொள்ள

வேண்டும். அப்போதுதான் இந்த அலர்ஜியின் பாதிப்பு மீண்டும் வராமல் இருக்கும்.

தடுப்பது எப்படி?

- ★ வளர்ப்புப் பிராணிக்கு அலர்ஜி உள்ளவர்கள் எந்த ஒரு பிராணியையும் வீட்டில் வளர்க்காமல் இருப்பதே நல்லது. அப்படி வளர்க்க ஆசைப்பட்டால், வீட்டுக்கு வெளியில் தனியாக ஓர் அறையில் வளர்த்தால் அலர்ஜி பாதிப்பு குறையும்.
- ★ பூனை, நாய், முயல், கிளி போன்றவற்றைத் தொட்டுத் தூக்குவது, முத்தம் கொடுப்பது போன்ற பழக்கங்களைத் தவிர்க்க வேண்டும்.
- ★ தெருக்களிலிருந்து வீட்டுக்குத் தானாக வந்து செல்லும் பிராணிகளின் வருகையையும் தவிர்க்கவேண்டும்.
- ★ வளர்ப்புப் பிராணிகள் உள்ள உறவினர் வீட்டில் தங்குவதற்குச் செல்வதாக இருந்தால் அவர்கள் வீட்டிலிருந்து இரண்டு வாரங்களுக்கு முன்பே வளர்ப்புப் பிராணிகளை வெளியேற்றி விட வேண்டும்.
- ★ வீட்டைச் சுத்தமாகப் பராமரிக்க வேண்டியது முக்கியம். வீட்டுச் சுவர்கள் மற்றும் சன்னல் கிரில்களையும் சுத்தப்படுத்த வேண்டும்.
- ★ படுக்கை விரிப்புகள் மற்றும் தலையணை உறைகளை வாரம் ஒருமுறை சூடான தண்ணீரில் ஊறவைத்து அலசி சுத்தம் செய்ய வேண்டும்.
- ★ ஜன்னல் திரைச்சீலைகளை அடிக்கடி மாற்றுங்கள்.
- ★ ஹெப்பா ஃபில்ட்டர் (HEPA filter) பொருத்தப்பட்ட வாக்வம் கிளீனர்கள் மூலம் சோபாக்கள், மிதியடிகள், படுக்கை விரிப்புகளைச் சுத்தப்படுத்தலாம்.
- ★ வீட்டில் ஏசி போட்டுக்கொண்டால், வளர்ப்புப் பிராணிகளின் எச்சங்கள் காற்றில் பரவுவது குறையும்.
- ★ படுக்கை அறையில் தட்டுமுட்டுச் சாமான்களை அடுக்கி வைக்காதீர்கள்.

★ அடுக்குமாடியில் வாழும் ஏழை மற்றும் நடுத்தரக் குடும்பங்களில் வசிப்போருக்கு அலர்ஜி நோய்கள் ஏற்படுவதற்கு கரப்பான் பூச்சிகள்தான் முக்கியக் காரணம். வீட்டில் உள்ள உணவுப் பொருள்களைச் சுகாதாரமுறைப்படி மூடிப் பாதுகாப்பதன் மூலம் கரப்பான் பூச்சிகள் வளர்வதைத் தடுக்க முடியும். மேலும் மூன்று மாதங்களுக்கு ஒருமுறையாவது பூச்சிக்கொல்லி மருந்தைத் தெளித்து வீட்டைச் சுத்தப்படுத்த வேண்டியதும் முக்கியம்.

★ அமெரிக்கா போன்ற வளர்ந்த நாடுகளில் வீட்டில் வளர்க்கப்படும் செல்லப் பிராணிகளை மிகவும் அதிகமாக நேசிப்பார்கள். வளர்ப்புப் பிராணிகளால் அலர்ஜி ஏற்படாமல் இருக்க அவர்கள் அலர்ஜிக்கான தடுப்பூசிகளைப் போட்டுக்கொள்கிறார்கள். ஆனால், நம் மக்களோ செல்லப் பிராணிகளை வளர்ப்பதில் காட்டும் ஆர்வத்தை அவை தரும் அலர்ஜி நோய்களுக்குத் தடுப்பூசிகளைப் போட்டுக்கொள்வதில் அவ்வளவாகக் காட்டுவதில்லை. இதனால்தான் நம் நாட்டில் வளர்ப்புப் பிராணிகளால் ஏற்படும் அலர்ஜி நோய்கள் அதிகமாக இருக்கின்றன.

அலர்ஜி டேட்டா!

✸ இந்தியாவில் 100ல் பத்து பேருக்கு பூனையால் அலர்ஜி உள்ளது.

✸ நாய்க்கு அலர்ஜி உள்ளவர்கள் இதைவிட இரண்டு மடங்கு அதிகம்.

✸ வளர்ப்புப் பிராணிகளின் உமிழ்நீரில் உள்ள ஒரு வகை புரதம்தான் ரொம்பவும் முக்கியமாக அலர்ஜியை ஏற்படுத்துகிறது.

✸ வளர்ப்புப் பிராணிகளில் அலர்ஜியைக் குறைந்த அளவில் ஏற்படுத்தும் (Hypoallergenic pets) இனங்களும் உள்ளன.

✸ ஏற்கெனவே ஆஸ்துமா உள்ளவர்களுக்கு வளர்ப்புப் பிராணிகளால் அலர்ஜி ஏற்படும் வாய்ப்பு 30 சதவிகிதம் அதிகரிக்கிறது.

19

சூரிய ஒளி ஒவ்வாமை

‘உலகில் சூரியனுக்குக் கீழ் உள்ள எந்தப் பொருளும் மனிதருக்கு அலர்ஜி ஆகலாம், சூரியன் உட்பட!’ அலோபதி மருத்துவத்தில் இந்தப் பழமொழி மிகவும் பிரபலம். சூரிய ஒளி இல்லாமல் மனிதர்கள் உயிர் வாழ முடியாது. அந்த அளவுக்கு மகத்தான சூரிய ஒளியும் பலருக்கு அலர்ஜி ஆவதுதான் வியப்புக்குரிய விஷயம்.

என்ன காரணம்?

இதுவரை நாம் பார்த்த உணவு ஒவ்வாமை, மருந்து ஒவ்வாமை போன்றவற்றில் உடலில் ஒவ்வாமையைத் தூண்டுவதற்கு உடலுக்குப் பிடிக்காத ஒரு புரதப் பொருள் அந்த உணவிலும் மருந்திலும் இருக்கும். இந்தப் பொருளை உடலிலிருந்து வெளியேற்ற ‘இம்யூனோகுளோபுலின் இ’ (IgE) எனும் எதிர்ப் புரதம் ரத்தத்தில் உருவாகிக் காத்திருக்கும். மீண்டும் அதே ஒவ்வாத பொருள் உடலுக்குள் நுழையும்போது, இது ஒவ்வாமைப் பொருளுடன் சேர்ந்து வினை புரிந்து அதை வெளியேற்றும். இதுதான் ஒவ்வாமை வினையின் பொதுவான அம்சம்.

ஆனால், சூரிய ஒளியில் இம்மாதிரியான புரதப் பொருள் ஒன்றும் இல்லை! அப்படியானால் இது எப்படி ஒவ்வாமையை

ஏற்படுத்துகிறது? இந்தக் கேள்விக்கு இன்னமும் சரியான அறிவியல் விளக்கம் கிடைக்கவில்லை. என்றாலும், சூரிய ஒளியில் உள்ள புற ஊதாக்கதிர்கள் நம் சரும அணுக்களைச் சீண்டும்போது, அங்கு ஏற்படும் மாறுபட்ட தன்மையை, எதிராளி 'ஆன்டிஜென்' என்று தற்காப்பு மண்டலம் தவறாகக் கருதி வினை புரிகிறது. அப்போது எதிர்வினையாக 'இம்யூனோகுளோபுலின் இ' (IgE) உற்பத்தியாகிறது; இதைத் தொடர்ந்து வழக்கம்போல் மாஸ்ட் செல்கள் தூண்டப்பட்டு, ஒவ்வாமை குணங்கள் உண்டாகின்றன என்கிறது ஆராய்ச்சி!

சூரிய ஒளி ஒவ்வாமை

சூரிய ஒளிக்கு ஒவ்வாமை உள்ளவர்கள் வெயிலுக்குச் சென்ற உடன் உடலெங்கும் அரிக்கத் தொடங்கிவிடும். சருமம் கடுமையாகச் சிவந்து வட்ட வட்டமாகத் தடிப்புகள் தோன்றும். அவற்றில் நீர் கோத்துக் கொள்ளும். இதைத் தொடர்ந்து சருமம் உரியும். ரத்தக்கசிவும் ஏற்படலாம். முக்கியமாக வெயில் படும் பகுதிகளான முன் கழுத்து, மார்பு, முன் கை, காலில் வெளியில் தெரியும் பகுதி ஆகியவற்றில் இந்த அறிகுறிகள் தோன்றும். இதற்கு 'சோலார் அர்ட்டிகேரியா' (Solar Urticaria) என்று பெயர்.

சருமம் கறுப்பாகிறது, ஏன்?

சருமத்துக்குப் போதிய பாதுகாப்பு இல்லாமல் வெயிலில் அதிக நேரம் அலைகிறவர்களுக்குச் சருமம் கறுப்பாகிவிடுவதைக் கவனித்திருப்பீர்கள். இதற்குக் காரணம், சூரியக் கதிர்கள் அதிக வெப்பத்துடன் நேரடியாகச் சருமத்தைத் தாக்கும்போது, அதிலுள்ள பி வகை புற ஊதாக் கதிர்கள் சருமத்தின் செல்களிலுள்ள டி.என்.ஏ.க்களை அழிக்கின்றன. அந்த அழிவை ஈடுகட்டுவதற்காகச் சருமத்துக்குக் கறுப்பு நிறம் தருகின்ற மெலனின் நிறமிகள் அதிக அளவில் உற்பத்தியாகின்றன. இதன் விளைவால், சருமம் கறுத்து விடுகிறது. சருமம் தன்னைத்தானே சூரிய ஒளியிலிருந்து பாதுகாத்துக் கொள்வதற்காக எடுத்துக்கொள்ளும் தற்காப்பு நடவடிக்கை என்றுதான் இதைச் சொல்ல வேண்டும்.

சருமத்தில் எரிச்சல்

அக்னி நட்சத்திரம் உச்சத்தில் இருக்கும்போது 42 டிகிரி செல்சியஸுக்கு மேல் வெயில் கொளுத்தும். அப்போது புற ஊதாக்கதிர்களின் உக்கிரத்தைத் தாங்கமுடியாமல், சருமமும் அதைச் சார்ந்த ரத்தக்குழாய்களும் விரிந்து சிவந்துவிடும். அந்தவேளையில் CXCL5 எனும் புரதம் சருமத்தில் உற்பத்தியாகும். இது அருகிலுள்ள

நரம்புகளைத் தூண்டும். இதன் விளைவால் சருமத்தில் எரிச்சலும் வலியும் ஏற்படும். இதை 'வெப்பப் புண்' (Sun Burn) என்கிறார்கள் மருத்துவர்கள்.

யாருக்கு வாய்ப்பு அதிகம்?

ஏற்கெனவே குடும்பத்தில் யாருக்காவது சூரிய ஒளி ஒவ்வாமை இருந்தால், அக்குடும்ப வாரிசுகளுக்கும் இந்தத் தொந்தரவு ஏற்பட வாய்ப்புகள் அதிகம். அதுபோல் கரப்பான் நோய், தோல் அழற்சி நோய் போன்ற சருமம் சார்ந்த ஒவ்வாமை குணங்களைக் கொண்டவர்களுக்கும் சூரிய ஒளி ஒவ்வாமை ஏற்பட வாய்ப்பு உண்டு. வேறு நோய்களுக்கு நாம் சாப்பிடும் மருந்துகள் (உதாரணம்: டெட்ராசைக்ளின், கீட்டோபுரொஃபென்) மற்றும் சருமத்தில் பூசப்படும் சில அழகு சாதனப்பொருள்கள்மீது சூரிய ஒளி படும்போது, ஒவ்வாமை குணங்களைத் தோற்றுவிக்கக்கூடும். 'லூப்பஸ் எரித்தி மட்டோசஸ்' எனும் 'தன் ஒவ்வாமை' நோய் உள்ளவர்களுக்கு சூரிய ஒளி ஒவ்வாமையும் ஏற்படுவது உண்டு.

பரிசோதனைகள் என்னென்ன?

ஒவ்வாமைக்கான ரத்தப் பரிசோதனைகள் மற்றும் லூப்பஸ் எரித்திமட்டோசஸ் நோய்க்கான பரிசோதனை மேற்கொள்ளப்படும். புற ஊதாக்கதிர்களைக்கொண்டு பரிசோதிக்கப்படும் 'போட்டோ டெஸ்ட்' (Photo test) ஒரு முக்கியமான பரிசோதனை. மருந்துகள் மற்றும் அழகு சாதனப் பொருள்களுக்கு ஒவ்வாமை உள்ளதா என்பதை 'போட்டோ பட்டைப் பரிசோதனை' (Photo patch test) மூலம் கண்டறியலாம். சருமத்தில் சிறிதளவு திசுவை வெட்டி எடுத்துத் திசுப் பரிசோதனை (Biopsy) செய்தும் ஒவ்வாமைக்குக் காரணம் அறிவது உண்டு.

சிகிச்சை என்ன?

சருமம் எரியத்தொடங்கியதுமே சருமத்தின் மீது குளிர்ந்த தண்ணீரால் ஒத்தடம் கொடுத்தால் நல்ல பலன் கிடைக்கும். இதைத் தொடர்ந்து அலர்ஜிக்கான அறிகுறிகளைக் கட்டுப்படுத்துவதற்கு மருந்துகள் சாப்பிடலாம். ஆன்டிஹிஸ்டமின் மற்றும் ஸ்டீராய்டு மருந்துகள் உடனே கைகொடுக்கும். மருத்துவர் யோசனைப்படி ஸ்டீராய்டு கலந்த களிம்புகளை சருமத்தில் பூசிக்கொள்ளலாம். அழகு சாதனப் பொருள்களுக்கு அலர்ஜி உள்ளவர்கள் அவற்றைப் பயன்படுத்துவதைத் தவிர்த்தாலே நோய் கட்டுப்படும். அடிக்கடி இந்த அலர்ஜி ஆகிறவர்களுக்கு 'போட்டோதெரபி' (Phototherapy) சிகிச்சை தரப்படும். சிலருக்கு 'ஹைட்ராக்சி குளோரோகுயின்' எனும் மலேரியா மருந்தும் பலன் தரும்.

தடுப்பது எப்படி?

★ கோடையில் தேவையில்லாமல் வெளியில் செல்வதைத் தவிர்க்க வேண்டும்.

★ கடுமையான வெயிலில் தொடர்ந்து 2 மணி நேரத்துக்கு மேல் அலையக் கூடாது. அதிலும் குறிப்பாக பகல் 11 மணியிலிருந்து மாலை 4 மணிவரை வெளியில் செல்லாமல் இருப்பதுதான் சருமத்துக்கு நாம் தருகின்ற பாதுகாப்பு.

★ இந்த நேரத்தில் அவசியம் வெளியில் செல்ல வேண்டு மென்றால், எஸ்.பி.எஃப். 25 (Sun Protecting Factor 25) என்றுள்ள சன்ஸ்கிரீன் லோஷனை உடலின் வெளிப்பகுதிகளில் தடவிக்கொண்டு செல்லலாம். இரண்டு மணிநேரத்துக்கு ஒருமுறை மறுபடியும் இதைத் தடவிக்கொள்ளவேண்டும்.

★ வெயிலில் செல்வதற்கு முன்பாக, இந்த லோஷனைத் தடவி, அரை மணி நேரம் கழித்துச் செல்வது, புற ஊதாக்கதிர் வீச்சிலிருந்து சருமத்தை முழுமையாகப் பாதுகாக்க எளிய வழி.

★ உடல் முழுவதையும் மறைக்கின்ற வகையில் குளோஸ் நெக் மற்றும் முழுக்கை ஆடைகளை அணிவது சருமத்துக்குப் பாதுகாப்பு தரும்.

★ புற ஊதாக் கதிர்களைத் தடுக்கின்ற பிரத்யேக ஆடைகள் தற்போது கிடைக்கின்றன. இவற்றைப் பயன்படுத்தலாம்.

★ கருப்புநிற ஆடைகளை அணிந்தால், அவை சூரிய ஒளிக்கதிர் களை அதிகமாக உறிஞ்சும். இது சரும எரிச்சலை அதிகப்படுத்தி விடும். ஆகவே, கோடையில் வெள்ளைநிற பருத்தி ஆடை களை அணிவதே நல்லது.

★ அழகு சாதனப்பொருள்களைப் பயன்படுத்துவதற்கு முன்பு, மருத்துவரிடம் ஆலோசித்துக்கொள்வது ஒளி ஒவ்வாமையைத் தடுக்க உதவும்.

அலர்ஜி டேட்டா!

✸ உலகில் 100ல் பத்திலிருந்து இருபது பேருக்கு சூரிய ஒளி ஒவ்வாமை இருக்கிறது.

✸ ஆண்களைவிட பெண்களுக்கே இந்த ஒவ்வாமையின் பாதிப்பு அதிகம்.

✸ பெரும்பாலும் வளரிளம் பருவத்தில்தான் இந்த ஒவ்வாமை முதலில் ஏற்படுகிறது.

✸ மருத்துவரின் ஆலோசனை இல்லாமல் பயன்படுத்தப்படும் சில சன் ஸ்கிரீன் லோஷன்களே இம்மாதிரியான ஒவ்வாமையைத் தூண்டக்கூடும்.

✸ சூரிய ஒளி ஒவ்வாமை உள்ளவர்களுக்கு எவ்வளவு நேரம் சூரிய ஒளியில் இருந்தார்கள் என்பது முக்கியமல்ல! சூரிய ஒளி உடலில் பட்டாலே போதும், ஒவ்வாமை அறிகுறிகள் தோன்றிவிடும்.

20

கண் ஒவ்வாமை

உடலின் வெளிப்புற உறுப்புகளில் ஒவ்வாமை பாதிப்புக்கு உள்ளாவதில் சருமத்துக்கு அடுத்தபடியாகக் கண்கள் பாதிக்கப் படுவதற்கு அதிக வாய்ப்பு உண்டு. மாசடைந்த சுற்றுச்சூழல் காரணமாக காற்றில் கலந்துவரும் மகரந்தம், வாகனப் புகை, சிகரெட் புகை, பலவகைத் தூசுகள் போன்றவை இந்த ஒவ்வாமையை ஏற்படுத்துகின்றன. அடுத்தபடியாக, கண்ணில் விழும் வேதிப் பொருள்கள், நச்சுப் பொருள்கள், கிருமிகள், அழகுசாதன பொருள்கள், முடிச்சாயம், மருந்துகள், வீட்டு விலங்குக் கழிவுகள், தூசு உண்ணிகள் (Dust Mites), கான்டாக்ட் லென்ஸ், பூச்சிக்கடி போன்றவையும் இந்த நோயை ஏற்படுத்துகின்றன.

என்ன காரணம்?

கண் இமைக்கு உட்புறம், விழிவெண்படலம் மற்றும் கண்ணைச் சுற்றி உள்ள பகுதிகளில் 50 லட்சத்துக்கும் மேற்பட்ட மாஸ்ட் அணுக்கள் இருக்கின்றன. உடலுக்குப் பிடிக்காத ஒரு புரதப் பொருள் கண்ணில் படும்போது, அந்தப் பொருளை உடலில் இருந்து வெளியேற்ற 'இம்யூனோகுளோபுலின் இ' (IgE), ஐஜிஏ (IgA), அல்லது ஐஜிஎம் (IgM) எனும் எதிர்ப் புரதம் ரத்தத்தில் உருவாகிக் காத்திருக்கும். மீண்டும் அதே ஒவ்வாத பொருள் உடலுக்குள்

நுழையும்போது, இது ஒவ்வாமைப் பொருளுடன் கலந்து, வினை புரிந்து, மாஸ்ட் செல்களைத் தூண்டும். இதன் காரணமாக மாஸ்ட் செல்கள் 'ஹிஸ்டமின்', 'லுயூக்கோட்ரின் (Leukotriene) எனும் வேதிப்பொருள்களை வெளியேற்றும். இவை, ரத்தக்குழாய்களை விரிவடையச் செய்து, அங்கு உள்ள நரம்புமுனைகளைத் தாக்கும். அதன் விளைவால், கண்ணில் அரிப்பு ஏற்படுவது, நீர் வடிவது உள்ளிட்ட ஒவ்வாமை குணங்கள் உண்டாகின்றன.

கண் ஒவ்வாமையில் அலர்ஜிக்கே உரித்தான நான்கு வகை எதிர்வினை களும் ஏற்பட்டு பலதரப்பட்ட பாதிப்புகள் ஏற்படுகின்றன. அவற்றில் முக்கியமான சிலவற்றை மட்டும் இங்கே காண்போம்.

1. இமை ஒவ்வாமை:

கண் ஒவ்வாமையின் மிக முக்கிய அறிகுறி இமை வீக்கம். இது திடீரெனத் தோன்றும். இந்தப் பாதிப்பு ஒரு கண்ணிலும் ஏற்படலாம். இரண்டு கண்களிலும் ஏற்படலாம். வீக்கத்தில் அரிப்பு உண்டாகலாம். வீக்கத்தை விரலால் தொட்டால் அந்த இடத்தில் குழி விழும். பெரும்பாலும் இந்த வீக்கத்தில் வலி இருக்காது. ஒவ்வாமைத் தோல் அழற்சி (Atopic dermatitis) காரணமாக இமை வீக்கம் ஏற்பட்டால், தோல் சிவந்து தடிக்கும். அரிப்புடன் கூடிய கொப்புளங்களும் நீர்க்கசிவும் காணப்படும். கொப்புளங்கள் சரியானதும் பக்கு கட்டி, தோல் உரியும்.

2. திடீர் விழிவெண்படல ஒவ்வாமை நோய் *(*Acute allergic conjunctivitis*):*

பூக்களின் மகரந்தங்கள் விழிவெண்படலத்தில் நேரடியாகப் படுவதால், ஒவ்வாமை உண்டாகி இந்த நோய் ஏற்படுகிறது. பெரும் பாலும் மகரந்தங்கள் அதிகமாக வெளிப்படும் வசந்த காலங்களில் இந்த நோய் அதிகமாகப் பாதிக்கிறது. திடீரெனக் கண்களில் அரிப்பு ஏற்படும். சிலருக்குக் கண்கள் எரியும். நீர் வடியும். கண்கள் இளஞ்சிவப்பு நிறத்தில் காணப்படும். வெளிச்சத்தைப் பார்க்க முடியாது. இந்த நோய் உள்ளவர்களுக்கு மூக்கு ஒழுகுதல், மூக்கு அடைத்தல், அடுக்குத் தும்மல், காய்ச்சல் போன்ற அறிகுறிகளும் காணப்படும்.

3. வசந்த கால கருவிழி வெண்படல அழற்சி நோய் *(*Vernal kerato conjunctivitis*):*

இது குழந்தைகளையும் இளம் வயது ஆண்களையும் பாதிக்கின்ற நோய். மகரந்தங்களுடன் பலவித தூசுகள் விழிவெண்படலத்திலும்

கருவிழியிலும் படுவதால் இந்த நோய் ஏற்படுகிறது. மேலே சொல்லப்பட்ட அறிகுறிகளுடன் கண்ணுக்குள் மண் சிக்கிக் கொண்ட உணர்வு இருக்கும். கண்ணில் பீழை தள்ளும். கருவிழி ஓரங்களில் புண்கள் உண்டாகி வெள்ளை நிறப்புள்ளிகள் தெரியும்.

4. பரம்பரை கருவிழி வெண்படல அழற்சி நோய் *(*Atopic kerato conjunctivitis*):*

இது வயதில் மூத்தவர்களுக்குப் பரம்பரை காரணமாக ஏற்படும் நோய். ஏற்கெனவே ஆஸ்துமா, தோல் அழற்சி போன்ற ஒவ்வாமை நோய்கள் உள்ளவர்களுக்குத்தான் இது பெரும்பாலும் வருகிறது. ஆண்டுமுழுவதும் இது வரக்கூடும். பருவ காலத்துக்கும் இதற்கும் தொடர்பு இருப்பதில்லை. கடுமையான அரிப்பும் எரிச்சலும் நோயாளியைப் படுத்தும். கருவிழியின் மத்தியில் புண் உண்டாகி, தழும்பு விழுந்து பார்வையைப் பறிக்கும் அளவுக்கு ஆபத்தானது.

5. ஜெயன்ட் பாப்பிலரி விழி வெண்படல அழற்சி நோய் *(*Giant papillary conjunctivitis*):*

கண்ணில் கான்டாக்ட் லென்ஸை நீண்ட காலம் அணிபவர்களுக்கு இது ஏற்படுகிறது. லென்ஸில் படியும் சில புரதப் பொருள்களின் ஒவ்வாமையாலும் இது ஏற்படலாம். கண்கள் வீங்குதல், அரிப்பு, எரிச்சல், வெள்ளை நிறத்தில் பீழை தள்ளுதல் போன்ற அறிகுறிகளுடன், கண்ணுக்குள் எந்த நேரமும் ஏதோ ஒரு பொருள் உறுத்துவதைப் போல் இருக்கும். காலையில் எழுந்திருக்கும் போது அதிக பீழை சுரந்து இமைகள் மூடிக்கொள்ளும்.

பரிசோதனைகள் என்னென்ன?

கண்களை முறைப்படி பரிசோதனை செய்தாலே கண் ஒவ்வாமையை உறுதி செய்துவிடலாம். என்றாலும் சிலருக்கு விழிவெண்படலத்தைச் சுரண்டி சிறிதளவு செல்களை எடுத்துப் பரிசோதனை செய்வதும் உண்டு. இவற்றோடு ஒவ்வாமைக்கான பொதுவான ரத்தப் பரிசோதனைகள், குறிப்பிட்ட ஆன்டிஜனுக்கான ஐஜிஇ அளவு *(*Allergen specific serum IgE*)*, ரேடியோ அலர்ஜோசார்பென்ட் பரிசோதனை *(*Radioallergosorbent Test (RAST*)*, தோல் பரிசோதனை, பட்டைப் பரிசோதனை ஆகியவையும் செய்யப்படும்.

சிகிச்சை என்ன?

நோயைப் பொறுத்து சிகிச்சை அமையும். செயற்கையாகக் கண்ணீரை வரவழைக்கும் சொட்டு மருந்துகளைத் தற்காலிகமாகக்

கண்ணில் விடலாம். இதன் பலனால், அலர்ஜிப் பொருள் உடனே கண்ணிலிருந்து விலகிவிடும். ஆன்டிஹிஸ்டமின், டீகன்செஸ்டன்ட், மற்றும் ஸ்டீராய்டு கண் சொட்டு மருந்துகள் அலர்ஜி குணங்களைக் குறைக்க உதவும். சிலருக்கு வலிநிவாரணி சொட்டு மருந்துகளும் தேவைப்படும். இதைத் தொடர்ந்து அலர்ஜிக்கான அறிகுறிகளைக் கட்டுப்படுத்துவதற்கு மாத்திரைகள் சாப்பிடலாம். மாஸ்ட் செல்களை நிலைபெறச் செய்யும் (Mast cell stabilizers) களிம்புகள் மற்றும் சொட்டு மருந்துகள், லூயூக்கோட்ரின் மாற்று மருந்துகள் (Leukotriene modifiers) ஆகியவற்றைத் தடுப்பு மருந்தாக டாக்டர் கூறும் கால அளவுக்குத் தொடர்ந்து எடுத்துக்கொள்ளவேண்டும். அப்போதுதான் இந்த அலர்ஜியின் பாதிப்பு மீண்டும் வராமல் இருக்கும். அடிக்கடி கண்ணில் அலர்ஜி ஆகிறவர்களுக்கு 'இமுனோதெரபி' சிகிச்சை தரப்படும்.

கண் அலர்ஜியைத் தடுப்பது எப்படி?

★ அலர்ஜி பொருள்களை நெருங்க விடாதீர்கள்.

★ அடிக்கடி கண்களைக் கசக்காதீர்கள்.

★ கைகளை சோப்புப் போட்டுக் கழுவிச் சுத்தமாக வைத்துக் கொள்ளுங்கள்.

★ படுக்கை விரிப்புகள் மற்றும் தலையணை உறைகளை வாரம் ஒருமுறை வெந்நீரில் ஊறப்போட்டுத் துவைக்கவேண்டும். இவற்றில் தூசு உண்ணிகள் சேராமல் தடுப்பதற்கென உறைகள் உள்ளன. அவற்றைப் பயன்படுத்தலாம்.

★ வளர்ப்புப் பிராணிகளைத் தொட்டுத் தூக்காதீர்கள். அவை படுக்கை அறைக்கு வருவதையும் தவிருங்கள்.

★ ஹெப்பா ஃபில்ட்டர் (HEPA filter) பொருத்தப்பட்ட வாக்வம் கிளீனர்கள் மூலம் சோபாக்கள், மிதியடிகள், படுக்கை விரிப்புகளைச் சுத்தப்படுத்தலாம். தரைகளை 'மாப்' (Mop) கொண்டு சுத்தப்படுத்துங்கள்.

★ வீட்டில், காரில் ஏசி போட்டுக்கொண்டால், தூசுகள் காற்றில் பரவுவது குறையும். ஏசி கருவிகளை முறையான இடைவெளி களில் சுத்தப்படுத்துங்கள்.

★ பூக்கள் பூக்கும் காலங்களில் காலை நேரங்களில் ஜன்னல் களுக்குத் திரைச் சீலைகளைப் போட்டுக்கொள்ளுங்கள்.

- ★ வெளியில் செல்லும்போது கண்ணுக்குக் கண்ணாடி அணிந்து கொள்ளுங்கள்.
- ★ வீட்டுச் சுவர்கள், சமையலறை மற்றும் கழிப்பறைச் சுவர்களில் ஈரப்பதம் இல்லாமல் பார்த்துக்கொள்ளுங்கள். அப்போதுதான் பூஞ்சைகள் வளர்வதைத் தடுக்கமுடியும்.
- ★ கண்ணுக்கு ஒவ்வாமை உள்ளவர்கள் இளங்காலை நேரத்தில் வாக்கிங் போக வேண்டாம்.

அலர்ஜி டேட்டா!

✸ இந்தியாவில் 100ல் 20 பேருக்குக் கண் ஒவ்வாமை இருக்கிறது.

✸ தோல் ஒவ்வாமை உள்ளவர்களில் 100ல் 72 பேருக்குக் கண் ஒவ்வாமையும் சேர்ந்துகொள்கிறது.

✸ வசந்த காலங்களில் பூக்களின் மகரந்தங்களால் ஏற்படும் கண் ஒவ்வாமைதான் அதிகம்.

✸ கோடையில் புல் மகரந்தங்கள் கண் ஒவ்வாமையை ஏற்படுத்துகின்றன.

✸ பூஞ்சை, தூசு உண்ணி மற்றும் வளர்ப்புப் பிராணிக் கழிவுகளால் ஏற்படும் கண் ஒவ்வாமை ஆண்டுதோறும் பாதிக்கிறது.

✸ சுயமாக கண்ணுக்குச் சொட்டு மருந்து பயன்படுத்துவோருக்கு கண்ணில் ஒவ்வாமை ஏற்படுவது அதிகரித்து வருகிறது.

21

பணி சார்ந்த ஒவ்வாமை

படித்து முடித்து வேலைக்குச் செல்வது எல்லோருக்கும் ஒரு சுகமான அனுபவம். இதை நம் வாழ்க்கையின் திருப்புமுனை என்றுகூடச் சொல்லலாம். பல கனவுகளோடும் கற்பனைகளோடும் வேலைக்குச் செல்லும்போது, அங்குள்ள சூழல் உடலுக்கு ஒத்துப்போகவில்லை என்றால், அதுவே பல வழிகளில் நம் ஆரோக்கியத்தைக் கெடுத்து விடும்.

வேலை பார்க்கும் இடத்தில் நிலவும் அதிக வெப்பம், அதிக குளிர், அதிக காற்று அழுத்தம், மாசுபட்ட சூழல், வாகனப் புகை, இயந்திரப் புகை, தொழிற் சாலைக் கழிவுகள், வேதிப்பொருள்களின் பயன்பாடு, இயந்திரப் பராமரிப்புப் பொருள்கள், பெட்ரோலியப் பொருள்கள், சாயப் பொருள்கள் போன்ற பலவற்றால், சருமத்தில் தொடங்கி குடல் வரை ஒவ்வாமை ஏற்பட்டு அவதிப்படுபவர்கள் அதிகம். பணி சார்ந்த இத்தகைய ஒவ்வாமை நோய்கள் (Occupational allergies) உலக அளவில் ஆண்டுதோறும் அதிகரித்து வருகின்றன. இவற்றில் முக்கியமான மூன்றை மட்டும் இங்கு பார்ப்போம்.

மூக்கு ஒழுகல் (Allergic Rhinitis)

பணி செய்யும் இடத்துக்குச் சென்றதும் தொடர்ச்சியாக தும்முவது, மூக்கு அடைப்பு, மூக்கு ஒழுகல், மூக்கு அரிப்பு போன்ற அறிகுறிகள்

ஏற்பட்டால், அது பணி சார்ந்த ஒவ்வாமையால் ஏற்படுகிறது என்று பொருள். பணி செய்யும் இடத்தில் நிலவும் மாசுக்கள், தானியத் தூசு, மரத் தூசு, மாவுத் தூசு, வேதிப்பொருள் தூசு, உலோகத் தூசு, மகரந்தம், பூஞ்சை, நச்சுப் புகை போன்றவை காற்றில் கலந்து வந்து இந்த ஒவ்வாமையை ஏற்படுத்தும். இந்த ஒவ்வாமைப் பொருள்கள் தொடர்ந்து மூக்கினுள் நுழையும்போதும், நீண்ட காலம் நுழையும் போதும் இவை நுரையீரலில் குடித்தனம் செய்யும். அப்போது ஆஸ்துமாவும் சேர்ந்துகொள்ளும்.

மூச்சு இளைப்பு

பணி செய்யும் இடத்தில் தூசு, வேதிப்பொருள், புகை உள்ளிட்ட ஏதாவது ஓர் அலர்ஜிப் பொருள் இருந்தால், ஆஸ்துமா ஏற்படுவதற்கு அதிக வாய்ப்பு உண்டு. இந்தப் பொருள்களில் ஒன்றோ பலவோ சேர்ந்து நுரையீரலில் உள்ள மூச்சுக்குழல் (Bronchus) தசைகளையும் மூச்சுச் சிறுகுழல்களையும் (Bronchioles) சுருக்கிவிடுகின்றன. இதனால் மூச்சு செல்லும் பாதை சுருங்கிவிடுகிறது. மூச்சு விடுவதில் சிரமம் ஏற்படுகிறது. இளைப்பு, இருமல், மூச்சுத்திணறல், வீசிங் போன்ற தொல்லைகள் ஏற்படுகின்றன. ஏற்கெனவே ஆஸ்துமா உள்ளவர்களுக்கும், புகைபிடிப்பவர்களுக்கும் இந்த வாய்ப்பு இரண்டு மடங்கு அதிகம். இவர்களுக்கு விடுமுறை நாட்களில் மூச்சு இளைப்பு மறைந்துவிடும். இது, இந்த நோயை மறைமுகமாக உறுதி செய்ய உதவும்.

சரும அழற்சி நோய்

சருமம் உலர்ந்து தடித்து, சொரசொரப்பாகிவிடும். அந்தப் பகுதி கறுஞ்சிவப்பு நிறத்தில் காணப்படும். பிறகு, வட்டவடிவில் மீன் செதில்கள் போன்ற தோற்றம் ஏற்படும். அரிப்பு, எரிச்சல் ஏற்படும். சிறிய கொப்பளங்கள் தோன்றும். கொப்பளங்களில் இருந்து நீர் வடியும். குழந்தைகளுக்குக் கன்னம், கழுத்து, உச்சித்தலை, மணிக்கட்டு, தொடை இடுக்கு, கணுக்கால் ஆகிய பகுதிகளில் சரும அழற்சி கடுமையாக பாதிக்கும். பெரியவர்களுக்குக் கழுத்தின் பின்பகுதி, முழங்கால் மூட்டின் பின்பகுதி, முழங்கை மடியும் பகுதி ஆகிய இடங்களில் இந்தப் பாதிப்பு அதிகமாகக் காணப்படும்.

பரிசோதனை, சிகிச்சை என்ன?

இவற்றை ஏற்கெனவே, அடுக்குத் தும்மல், ஆஸ்துமா, தோல் அழற்சி நோய் ஆகிய கட்டுரைகளில் விரிவாகப்

லேட்டக்ஸ் ஒவ்வாமை

மருத்துவர்கள், செவிலியர்கள், மருத்துவத் துணைப் பணியாளர்கள் போன்றவர்களுக்கும், சில சமயங்களில் நோயாளிகளுக்கும் 'லேட்டக்ஸ்' எனும் வேதிப்பொருள் ஒவ்வாமை ஆகி, சரும அழற்சி நோய் ஏற்படுவது இப்போது அதிகரித்து வருகிறது. இவர்கள் பயன்படுத்தும் கையுறை (Gloves), கெதீட்டர், டிரிப் செட், வடிகுழாய், செயற்கை மூச்சுக்குழாய் போன்றவற்றில் லேட்டக்ஸ் பயன்படுத்தப்படுவதால் இந்தப் பிரச்னை ஏற்படுகிறது. புட்டிப்பால் பாட்டில் நிப்பிள், பொம்மைகள், பலூன், எலாஸ்டிக் பொருள்கள், டயர்கள், பூட்ஸ்கள், ஒட்டும் டேப்புகள், காண்டம், பிளாஸ்திரிகள் போன்றவற்றிலும் லேட்டக்ஸ் பயன்படுத்தப் படுகிறது. இவற்றாலும் சரும அழற்சி நோய் ஏற்படலாம். தற்போது பழங்களைப் பாதுகாப்பாகக் கொண்டு செல்வதற்குக்கூட லேட்டக்ஸை பழங்களின்மீது பூசுகிறார்கள். இம்மாதிரியான பழங்களை நன்றாகச் சுத்தப்படுத்தத் தவறினால், சரும அழற்சி நோய் வரலாம்.

பார்த்திருக்கிறோம். சுருக்கமாகச் சொன்னால், அலர்ஜிக்கான அறிகுறியை வைத்துப் பரிசோதனை முறை அமையும். நோயின் தன்மைக்கு ஏற்ப சிகிச்சை அமையும். ஆன்டிஹிஸ்டமின், டீகன்செஸ்டன்ட் மற்றும் ஸ்டீராய்டு மருந்துகள் அலர்ஜி குணங்களைக் குறைக்க உதவும். இதைத் தொடர்ந்து அலர்ஜிக்கான

வேலை	அலர்ஜிப் பொருள்	பாதிப்பு
விவசாயம், தோட்ட வேலை, எஸ்டேட் வேலை	மகரந்தம், பூஞ்சை, தானியத் தூசு, பருத்தித் தூசு, வைக்கோல் தூசு, தேங்காய் நார், டீ தூள், புகையிலை தூசு, பார்த்தீனியம், செயற்கை உரத் தூசு, பூச்சிக்கொல்லி மருந்துப் புகை	ஆஸ்துமா, சரும அழற்சி நோய், மூக்கு ஒழுகல்

வேலை	அலர்ஜிப் பொருள்	பாதிப்பு
கட்டட வேலை	சிமெண்டில் உள்ள குரோமேட்	ஆஸ்துமா, சரும அழற்சி நோய்
நெசவுத் தொழில், ஆடை உற்பத்தி மில் மற்றும் நூல் உற்பத்தி மில்	பஞ்சுத் தூசு, பருத்தி நூல் தூசு	ஆஸ்துமா
தச்சு வேலை, மர அலங்கார வேலை	மரத் தூசு, பெயிண்ட்	ஆஸ்துமா, சரும அழற்சி நோய், மூக்கு ஒழுகல்
பேக்கரி வேலை, சமையல் வேலை	கோதுமை மாவு	மூக்கு ஒழுகல், ஆஸ்துமா
வேதிப் பொருட்கள் மற்றும் மருந்து தயாரிப்பு	எந்த ஒரு வேதிப்பொருளும் மருந்துப் பொருளும்	ஆஸ்துமா, சரும அழற்சி நோய், மூக்கு ஒழுகல்
சோப்பு, அழகுசாதனப் பொருட்கள்	எந்த ஒரு வேதிப்பொருளும்	சரும அழற்சி நோய், ஆஸ்துமா
மின்சார வேலை	மின் வயர்களைப் பற்றவைக்கும் சூட்டுக்கோல் புகை, உலோக வயர்கள்	ஆஸ்துமா, சரும அழற்சி நோய்
மாவு மில்	தானியத் தூசு, மாவுத் தூசு	ஆஸ்துமா
தொழிற்சாலை வேலை	தொழிற்சாலைப் புகை, ஜெனரேட்டர் புகை	ஆஸ்துமா
மோட்டார் வாகன வேலை	வாகனப் புகை, கிரீஸ், ஜெனரேட்டர் புகை	சரும அழற்சி நோய், ஆஸ்துமா
இயந்திர வேலை	கிரீஸ், தார், பென்சீன் எந்த ஒரு	சரும அழற்சி நோய்

வேலை	அலர்ஜிப் பொருள்	பாதிப்பு
பட்டாசு வேலை	வேதிப்பொருளும்	சரும அழற்சி நோய்
பண்ணை வேலை	பறவை மற்றும் விலங்குக் கழிவுகள்	ஆஸ்துமா, சரும அழற்சி நோய்
சவரத் தொழில், முடி அலங்காரம்	சவரக் கத்தியில் உள்ள உலோகம், முகப்பவுடர்கள், டையமின் முடிச்சாயப் பொருட்கள், வாசனை திரவியங்கள்	சரும அழற்சி நோய், கரப்பான், ஆஸ்துமா
ஆய்வுக் கூடப்பணி	அமிலக் காரப் பொருட்கள், பறவை மற்றும் விலங்கினக் கழிவுகள்	ஆஸ்துமா, சரும அழற்சி நோய்
மருத்துவப் பணி	லேட்டக்ஸ், அயோடைடு, ஃபார்மால்டிஹைடு	சரும அழற்சி நோய், ஆஸ்துமா, மூக்கு ஒழுகல்
அச்சு வேலை	அக்ரிலிக் சாயம்	சரும அழற்சி நோய்
சுரங்க வேலை	கரித் துகள், சிலிக்கா துகள், ஆஸ்பெஸ்டாஸ் துகள்	ஆஸ்துமா, சரும அழற்சி நோய், மூக்கு ஒழுகல்
பூசாரி	சாம்பிராணி, கற்பூரம், ஊதுவத்திப் புகை	ஆஸ்துமா
சுவருக்கு வெள்ளை அடித்தல், பெயிண்ட் அடித்தல்	சுண்ணாம்பு, பெயிண்டில் உள்ள எந்த ஒரு வேதிப்பொருளும்	ஆஸ்துமா, சரும அழற்சி நோய், மூக்கு ஒழுகல்

தடுப்பது எப்படி?

★ முகத்தில் மாஸ்க் அணிவது, பாதுகாப்பான ஆடைகள் அணிவது, கைகளுக்கு உறை அணிவது, கண்ணுக்கு ஒளி காப்புப் பட்டை (Visor) அணிவது போன்ற பாதுகாப்பு ஏற்பாடுகள் அவசியம்.

★ ஒவ்வாமை தொந்தரவு கடுமையாக இருந்தால், வேலையை மாற்றுவது அல்லது வேலை செய்யும் இடத்தை மாற்றுவது போன்ற ஏற்பாடுகளும் தேவைப்படும்.

★ வேலை முடிந்து திரும்பியதும் வெந்நீரில் குளித்து உடலை நன்றாகச் சுத்தப்படுத்தவேண்டும்.

★ ஒவ்வாமைத் தடுப்பு மருந்துகளைத் தொடர்ந்து எடுத்துக் கொள்ளவேண்டும்.

★ ஆண்டுக்கு ஒருமுறை நுரையீரல் மற்றும் தோல் தொடர்பான முழு உடல் பரிசோதனை மற்றும் ஒவ்வாமைப் பரிசோதனைகள் அவசியம்.

அலர்ஜி டேட்டா!

✸ ஆஸ்துமா பாதிப்பு உள்ளவர்களில் 100ல் 15 பேருக்குப் பணி சார்ந்த ஒவ்வாமைதான் காரணமாக இருக்கிறது.

✸ பிளாட்டினம் வேலை செய்பவர்களுக்குத்தான் பணி சார்ந்த ஆஸ்துமா அதிகம். 100ல் 30 பேருக்கு இது வருகிறது.

✸ கட்டட வேலை செய்பவர்களுக்குப் பணி சார்ந்த 'தொடு தோல் அழற்சி நோய்' (Contact dermatitis) அதிகம்.

✸ சரும ஒவ்வாமையை ஏற்படுத்துவதில் சிமெண்ட் தூசுவுக்கு அதிக பங்கு உள்ளது.

22

பரிசோதனைகள்

ஏன்? எதற்கு? எப்படி?

இந்த நூல் பத்திரிகையில் தொடராக வந்தபோது பணி சார்ந்த ஒவ்வாமை கட்டுரையைப் படித்துவிட்டு, திருச்சியிலிருந்து ஒரு வாசகர் அலைபேசினார். 'வேலை பார்க்கும் இடத்தில் எந்தப் பொருளுக்கு எந்த மாதிரியான ஒவ்வாமை வரும் என்று விளக்கமாகத் தெரிவித்திருந்தால் இன்னும் உபயோகமாக இருந்திருக்கும்' என்று கேட்டுக்கொண்டார். அவருக்காகவும் அதேபோல் விரும்பும் மற்ற வாசகர்களுக்காகவும் இந்தக் கட்டுரையில் அந்த விளக்கத்தை ஓர் அட்டவணையில் தந்திருக்கிறேன்.

இந்தத் தொடரில் ஒவ்வாமை வகை குறித்து சொல்லிக்கொண்டு வரும்போதே, அதற்குரிய பரிசோதனை முறைகளையும் குறிப்பிட்டுள்ளேன். என்றாலும், அவற்றை எப்படி மேற்கொள்கிறார்கள் என்ற விவரத்தை இப்போது சற்று விளக்கமாகவே பார்ப்போம்.

தோல் குத்தல் பரிசோதனை *(*Skin Prick Test*)*

ஒவ்வாமை பரிசோதனைகளிலேயே மிகவும் முக்கியமான பரிசோதனை இதுதான். ஒவ்வாமையை ஏற்படுத்துவதாகக்

கருதப்படும் 200க்கும் மேற்பட்ட பொதுவான பொருள்களும், உணவு வகைகளும் திரவ மருந்தாக (ஆன்டிஜன்களாக) தனித் தனியாகத் தயாரிக்கப்பட்டிருக்கும். ஒவ்வாமையை ஏற்படுத்தத் தேவைப்படும் குறைந்தபட்ச அளவுக்கு மருந்து இருக்குமாறு இது தயாரிக்கப்படுகிறது. இந்த மருந்தைச் செலுத்துவதற்கு 'இன்சுலின் சிரிஞ்ச்' போன்ற மெல்லிய ஊசிகள் கொண்ட சிரிஞ்சுகள் இருக்கும். இவற்றில் ஒன்றைப் பயன்படுத்தி இந்த மருந்திலிருந்து 0.01 மி.லி. அளவுக்கு எடுத்து, முன் கையில் அல்லது முதுகில் போட்டுக் கொள்ளலாம்.

இந்த மருந்தை தோலின் மேலோட்டமாகத்தான் போடவேண்டும். தோலுக்கு இடையில் (Intradermal injection) அல்லது அடியில் போடக்கூடாது. அப்படிப் போட்டால் முடிவுகள் தவறாகிவிடும். இந்தப் பரிசோதனையை மேற்கொள்ளும் முன்பு, வழக்கமாக எடுத்துக்கொள்ளும் ஒவ்வாமை மருந்துகளையும், ஸ்டீராய்டு மருந்துகளையும் மூன்று நாட்களுக்கு முன்னரே நிறுத்திவிட வேண்டும்.

இந்த மருந்தைத் தோலில் போட்ட அரை மணி நேரத்தில், எந்தப் பொருளுக்கு ஒவ்வாமை உள்ளதோ அந்த மருந்து போட்ட இடத்தில் தோல் சிவந்து, தடித்துவிடும். இதன் அளவை 6, 12, 24, 72 மணி நேர இடைவெளிகளில் இதற்கென்றே உள்ள சிறப்பு அளவுகோலில் அளப்பார்கள். அதன்படி எந்தப் பொருளுக்கு ஒவ்வாமை உள்ளது, எவ்வளவு தீவிரமாக உள்ளது என்று கணித்து விடலாம்.

இந்தப் பரிசோதனையை மேற்கொள்ளும்போது, அதிர்ச்சி ஒவ்வாமை (Anaphylaxis) ஏற்பட்டு, உயிருக்கு ஆபத்து நேரவும் அதிக வாய்ப்பு உள்ளதால், அதைச் சமாளிக்க அவசர சிகிச்சைக்கான மருந்துகளை யும் உயிர் காக்கும் கருவிகளையும் தயாராக வைத்துக்கொள்ள வேண்டியது முக்கியம். எனவே, அங்கீகரிக்கப்பட்ட ஆய்வுக் கூடங்களில் அல்லது மருத்துவமனைகளில் மட்டுமே இந்தப் பரிசோதனையை மேற்கொள்ள வேண்டும்.

பட்டைப் பரிசோதனை *(Patch Test)*

இதுவும் தோலில் செய்யப்படும் பரிசோதனைதான். இதில் ஒரே நேரத்தில் 30க்கும் மேற்பட்ட பொருள்களுக்கு ஒவ்வாமை உள்ளதா எனத் தெரிந்துகொள்ள முடியும். தோலில் ஒட்டிக்கொள்ளும் தன்மையுள்ள ஒரு பட்டையில் இந்த ஒவ்வாமைப் பொருள்களைப் புதைத்து வைத்திருப்பார்கள். இவைதான் ஆன்டிஜன்களாகச் செயல்பட்டு பரிசோதனை முடிவைத் தெரிவிக்கும்.

இந்தப் பட்டைகளை முன் கையில் அல்லது முதுகில் ஒட்டிக் கொள்ளலாம். அப்போது அதிலுள்ள ஆன்டிஜன்கள் தோலில் படும். எந்த ஆன்டிஜனுக்கு ஒவ்வாமை இருக்கிறதோ, அந்த இடத்தில் தோல் சிவந்து, தடித்து, லேசாக அரிக்கும். சிலருக்கு இதை ஒட்டிய உடன் தாங்க முடியாத அளவுக்கு அரிப்பு ஏற்படும். அப்போது பட்டையை உடனே கழற்றிவிடவேண்டும். அரிப்பு இல்லை என்றால் மட்டும் இரண்டு நாட்களுக்கு வைத்திருக்கவேண்டும். பட்டையில் தண்ணீர் / ஈரம் பட்டுவிடக்கூடாது. அதற்குப் பிறகு அதைக் கழற்ற வேண்டும்.

தோலில் காணப்படும் சிவந்த தடிப்புகளுக்கு உரிய ஆன்டிஜன் எது என்று பார்த்து, அது தயாரிக்கப்பட்ட பொருளுக்கு ஒவ்வாமை உள்ளது என்று உறுதி செய்யப்படும். இந்தப் பரிசோதனையை மேற்கொள்ளும் முன்பு, வழக்கமாக எடுத்துக்கொள்ளும் ஒவ்வாமை மருந்துகளை மூன்று நாட்களுக்கு முன்னரும் ஸ்டீராய்டு மருந்துகளை ஒரு மாதத்துக்கு முன்னரும் நிறுத்திவிட வேண்டும்.

ஐஜிஈ பரிசோதனைகள் (IgE Tests)

இந்தப் பரிசோதனையின்போது ரத்தத்தில் ஐஜிஇ அளவைப் பரிசோதிக்கிறார்கள். இதன் மொத்த அளவு எவ்வளவு (Total IgE), தனித் தனி ஒவ்வாமைப் பொருளுக்கு இதன் அளவு (Specific IgE) என்ன? என்று இரண்டு விதமாகப் பரிசோதித்து, எந்தப் பொருளுக்கு ஒவ்வாமை உள்ளது என்று கணிக்கப்படுகிறது.

'ராஸ்ட்' பரிசோதனை (RAST - RadioAllergoSorbent Test)

இதுவும் தனித் தனி ஒவ்வாமைப் பொருளுக்கு ஐஜிஇ அளவு (Specific IgE) எவ்வளவு உள்ளது என்று பரிசோதிக்கும் பரிசோதனை தான். என்றாலும் நவீனமான பரிசோதனை இது. முடிவு துல்லியமாக இருக்கும் என்று நம்பப்படுகிறது. கண் ஒவ்வாமை மற்றும் குளூட்டன் அலர்ஜி உள்ளவர்களுக்கு இது பெரிதும் பயன்படுகிறது.

ஐஜஏ பரிசோதனைகள் (IgA Test)

இந்தப் பரிசோதனையின்போது ரத்தத்தில் ஐஜிஏ அளவைப் பரிசோதிக்கிறார்கள். இது மொத்தத்தில் எவ்வளவு (Total IgA) உள்ளது என்று அளந்து அதற்கேற்ப ஒவ்வாமைப் பொருளைக் கணிக்கிறார்கள். குளூட்டன் அலர்ஜி உள்ளவர்களுக்கு இது மேற்கொள்ளப்படுகிறது.

டிரிப்டேஸ் பரிசோதனை (Tryptase Test)

மருந்து, மாத்திரைகளுக்கு ஒவ்வாமை உள்ளவர்களுக்கு மேற்கொள்ளப்படும் பரிசோதனை இது. குறிப்பிட்ட மருந்தை உடலில் சிறிதளவு செலுத்தி ரத்தத்தில் டிரிப்டேஸ் என்சைமின் அளவு அளந்து பார்க்கப்படும். இந்த அளவு அதிகமாக இருந்தால், அந்த மருந்துக்கு ஒவ்வாமை இருக்கிறது என்று பொருள்.

பணி சார்ந்த ஒவ்வாமை விவரம்

வேலை	அலர்ஜிப் பொருள்	பாதிப்பு
விவசாயம், தோட்ட வேலை, எஸ்டேட் வேலை	மகரந்தம், பூஞ்சை, தானியத் தூசு, பருத்தித் தூசு, வைக்கோல் தூசு, தேங்காய் நார், டீ தூள், புகையிலை தூசு, பார்த்தீனியம், செயற்கை உரத் தூசு, பூச்சிக்கொல்லி மருந்துப் புகை	ஆஸ்துமா, சரும அழற்சி நோய், மூக்கு ஒழுகல்
கட்டட வேலை	சிமெண்டில் உள்ள குரோமேட்	ஆஸ்துமா, சரும அழற்சி நோய்
நெசவுத் தொழில், ஆடை தயாரிப்பு மில் மற்றும் நூல் உற்பத்தி மில்	பஞ்சுத் தூசு, பருத்தி நூல் தூசு	ஆஸ்துமா, அடுக்குத் தும்மல்.
தச்சு வேலை, மர அலங்கார வேலை	மரத் தூசு, பெயிண்ட்	ஆஸ்துமா, சரும அழற்சி நோய், மூக்கு ஒழுகல்
மளிகைக் கடை, ரேசன் கடை, பேக்கரி வேலை, சமையல் வேலை	தானியத் தூசு, கோதுமை மாவுத்தூசு	மூக்கு ஒழுகல், அடுக்குத் தும்மல், ஆஸ்துமா
வேதிப் பொருட்கள், உரம் மற்றும் மருந்து தயாரிப்பு	எந்த ஒரு வேதிப்பொருளும் மருந்துப் பொருளும்	ஆஸ்துமா, சரும அழற்சி நோய், மூக்கு ஒழுகல்

சோப்பு,அழகுசாதனப் பொருட்கள்	எந்த ஒரு வேதிப்பொருளும்	சரும அழற்சி நோய், ஆஸ்துமா
மின்சார வேலை	மின் வயர்களைப் பற்றவைக்கும் சூட்டுக்கோல் புகை, உலோக வயர்கள்	ஆஸ்துமா, சரும அழற்சி நோய்
மாவு மில்	தானியத் தூசு, மாவுத் தூசு	ஆஸ்துமா
தொழிற்சாலை வேலை	தொழிற்சாலைப் புகை, ஜெனரேட்டர் புகை	ஆஸ்துமா
மோட்டார் வாகன வேலை	வாகனப் புகை, கிரீஸ், ஜெனரேட்டர் புகை	சரும அழற்சி நோய், ஆஸ்துமா
இயந்திர வேலை	கிரீஸ், தார், பென்சீன்	சரும அழற்சி நோய்
பட்டாசு வேலை	எந்த ஒரு வேதிப்பொருளும்	சரும அழற்சி நோய்
பண்ணை வேலை	பறவை மற்றும் விலங்குக் கழிவுகள்	ஆஸ்துமா, சரும அழற்சி நோய்
சவரத் தொழில், முடி அலங்காரம்	சவரக் கத்தியில் உள்ள உலோகம், முகப்பவுடர்கள், டையமின் முடிச்சாயப் பொருட்கள், வாசனை திரவியங்கள்	சரும அழற்சி நோய், கரப்பான், ஆஸ்துமா
ஆய்வுக் கூடப்பணி	அமிலக் காரப் பொருட்கள், பறவை மற்றும் விலங்கினக் கழிவுகள்	ஆஸ்துமா, சரும அழற்சி நோய்

மருத்துவப் பணி	லேட்டக்ஸ், அயோடைடு, ஃபார்மால்டிஹைடு	சரும அழற்சி நோய், ஆஸ்துமா, மூக்கு ஒழுகல்
அச்சு வேலை	அக்ரிலிக் சாயம்	சரும அழற்சி நோய்
சுரங்க வேலை	கரித் துகள், சிலிக்கா துகள், ஆஸ்பெஸ்டாஸ் துகள்	ஆஸ்துமா, சரும அழற்சி நோய், மூக்கு ஒழுகல்
பூசாரி, அர்ச்சகர்கள்	சாம்பிராணி, கற்பூரம், ஊதுவத்திப் புகை, சந்தனம், பூக்கள்	ஆஸ்துமா
சுவருக்கு வெள்ளை அடித்தல், பெயிண்ட் அடித்தல்	சுண்ணாம்பு, பெயிண்டில் உள்ள எந்த ஒரு வேதிப்பொருளும்	ஆஸ்துமா, சரும அழற்சி நோய், மூக்கு ஒழுகல்

23

சிகிச்சைகள்

ஏன்? எதற்கு? எப்படி?

இந்த நூலில் ஒவ்வொரு ஒவ்வாமையைப் பற்றிச் சொல்லிக் கொண்டு வரும்போதே அதற்கு உரிய சிகிச்சை முறைகளையும் குறிப்பிட்டுள்ளோம். அந்த சிகிச்சைகள் ஒவ்வாமையை எப்படிக் கட்டுப்படுத்துகின்றன அல்லது தடுக்கின்றன என்கிற விவரங்களை இப்போது விளக்கமாகவே தெரிந்துகொள்வோம்.

ஹிஸ்டமின் எதிர் மருந்துகள் *(*Anti-histamines*)*

இது ஒவ்வாமைக்குத் தரப்படும் முதல் நிலை மருந்து. அரிப்பு, தோல் தடிப்பு, மூக்கு ஒழுகல் போன்ற அறிகுறிகளைக் கட்டுப்படுத்த உதவுகிறது. மாத்திரை, திரவ மருந்து, ஊசி, மூக்கு ஸ்பிரே எனப் பல வடிவங்களில் கிடைக்கிறது. குளோர்பெனிரமின், சைப்ரோ ஹெப்டடின், செட்டிரிசின், லீவோசெட்டிரிசின், லொராட்டிடின், டெஸ்லொராட்டிடின், ஃபெக்சோஃபெனடின் போன்றவை இதற்கு சில உதாரணங்கள். இந்த மருந்தில் தூக்கத்தைத் தரக்கூடியவை, தூக்கம் இல்லாதவை என இரண்டு வகை உண்டு. மருத்துவர் யோசனைப்படி குறிப்பிட்ட கால அளவுக்கு இவற்றில் ஒன்றைப் பயன்படுத்த வேண்டும்.

இந்த மருந்து எப்படி வேலை செய்கிறது?

ஒவ்வாமை ஏற்படும்போது ஐஜிஇ புரதமும் ஒவ்வாமைப் பொருளும் சேர்ந்து, ரத்தக் குழாய்த் திசுவில் உள்ள மாஸ்ட் செல்களைத் தூண்டும். அப்போது மாஸ்ட் செல்கள் 'ஹிஸ்டமின்', லுயூக்கோட்ரின் (Leukotriene) எனும் வேதிப்பொருள்கள் வெளியேறி, அரிப்பு, தடிப்பு, தும்மல், தோல் சிவப்பது போன்ற அறிகுறிகளை ஏற்படுத்தும். இவற்றில் 'ஹிஸ்டமின்' அரிப்பை ஏற்படுத்த வேண்டுமானால், தோல் தசையில் உள்ள ஹெச் ஒன் ஏற்பான்களோடு (H1 receptors) அது இணையவேண்டும். இந்த இணைப்பை நடக்கவிடாமல் செய்துவிடுகிறது ஹிஸ்டமின் எதிர் மருந்து. இதனால், அரிப்பு ஏற்படுவதும் தடிப்பு தோன்றுவதும் மூக்கு ஒழுகுவதும் தும்மல் வருவதும் தடுக்கப்படுகின்றன.

லுயூக்கோட்ரின் மாற்று மருந்துகள் (Leukotriene modifiers)

மான்டிலூக்காஸ்ட் (Montelukast) மற்றும் ஜெஃபிர்லூக்காஸ்ட் (Zafirlukast) மருந்துகள் இந்த வகையைச் சேர்ந்தவை. இவை மாத்திரையாகவும் திரவ மருந்தாகவும் கிடைக்கின்றன. ஆஸ்துமா மிதமாக உள்ள நோயாளிகளுக்கு நோயைக் கட்டுப்படுத்தும் மருந்தாகவும், தடுப்பு மருந்தாகவும் இவை செயல்படுகின்றன.

லுயூக்கோட்ரின் என்பது ஒவ்வாமையின்போது வெளிப்படும் ஒரு வேதிப்பொருள். இது பெரும்பாலும் மூச்சுப்பாதையில் உள்ள மென்தசைகளைச் சுருங்கச் செய்து, அங்கே திரவச் சுரப்பை அதிகப் படுத்தி, இயல்பான சுவாசத்தைத் தடுக்கிறது; இளைப்புப் பிரச்னையை உருவாக்குகிறது. லுயூக்கோட்ரின் மாற்று மருந்துகள் லுயூக்கோட்ரின் வேதிப்பொருள்கள் உற்பத்தி ஆவதைத் தடுக்கின்றன. ஏற்கெனவே இவை உற்பத்தி ஆகியிருந்தால், அவற்றின் செயல் பாடுகளைத் தடுத்துவிடுகின்றன. இதனால் ஆஸ்துமா இளைப்பு கட்டுப்படுகிறது.

மாஸ்ட் செல் நிலைநிறுத்திகள் (Mast Cell Stabilizers)

சோடியம் குரோமோ கிளைகேட் மற்றும் கீடோடிஃபன் மருந்துகள் இந்த வகையைச் சேர்ந்தவை. சோடியம் குரோமோ கிளைகேட் இன்ஹேலராகவும் கீடோடிஃபன் மாத்திரையாகவும் பயன்படு கின்றன. இவை ஒவ்வாமையின்போது ஐஜிஇ புரதத்தாலும் ஒவ்வாமைப் பொருளாலும் மாஸ்ட் செல்கள் தூண்டப்படுவதைத் தடுக்கின்றன. இதன் பலனால், மாஸ்ட் செல்கள் ஹிஸ்டமின், லுயூக்கோட்ரின் போன்ற வேதிப்பொருள்களை வெளிவிடுவது

இல்லை. அரிப்பு, தடிப்பு, ஆஸ்துமா போன்ற ஒவ்வாமை குணங்கள் ஏற்படுவது இல்லை.

மூக்கடைப்புக்கான மருந்துகள் (Decongestants)

மூக்கடைப்பில் இருந்து நம்மை விடுவிக்கும் மருந்துகள் இவை. பினைல்எபிரின், சீடோஎபிட்ரின், ஆக்சிமெட்டசோலின் ஆகியவை இதற்கான உதாரணங்கள். இவை மூக்கில் விடும் சொட்டு மருந்தாகவும் மூக்கு ஸ்பிரே வடிவிலும் கிடைக்கின்றன. இவை வீக்கமுற்ற ரத்தக் குழாய்த் திசுக்களையும், மென்தசைகளையும் சுருங்கவைக்கும் குணம் கொண்டவை. இவற்றில் ஒன்றை மூக்கில் விட்டால், மூக்கு அடைப்பு சரியாகிவிடும். இவற்றுடன் ஹிஸ்டமின் எதிர் மருந்துகளையும் சேர்த்து எடுத்துக்கொள்ளும்போது மூக்கடைப்பு உடனடியாக விலகிவிடும்.

மூச்சுக் குழல் தளர்த்திகள் (Bronchodilators)

ஆஸ்துமா நோயாளிகளுக்கு மூச்சுக் குழல் சுருங்குவதால்தான் இளைப்பு ஏற்படுகிறது. சுருங்கிப் போன மூச்சுக் குழல்களைத் தளர்த்தி சுவாசத்துக்கு வழி செய்யும் மருந்துகள் இவை. அமினோபிலின், தியோபிலின், டெர்பூட்டலின், டாக்சிஃபைலின், சால்பூட்டமால், சால்மெட்டிரால், ஃபார்மோட்டிரால், எஃபிட்ரின் போன்றவை இந்த வகையைச் சேர்ந்த மருந்துகள். ஊசி, மாத்திரை, திரவ மருந்து, இன்ஹேலர் எனப் பல வடிவங்களில் இவை கிடைக்கின்றன. தேவைக்கு ஏற்ப பயன்படுத்தப்படுகின்றன.

ஸ்டீராய்டு மருந்துகள் (Steroids)

இந்த மருந்துகள் ஒவ்வாமையின்போது ரத்தக் குழாய், மூச்சுக் குழாய், தோல் மற்றும் மென்தசைகளில் ஏற்படுகின்ற அழற்சியையும் வீக்கத்தையும் தடுக்கின்றன. இதனால், சுவாசம் தடையின்றி நிகழ உதவுகின்றன. ஒவ்வாமைக்கு உடனடியாகப் பலன் தருகின்றன. பிரிட்னசலோன், டெக்சாமெத்தசோன், பீட்டாமெத்தசோன், ஹைட்ரோ கார்ட்டிசோன், பெக்லமெத்தசோன், ஃபுலிட்டிகசோன், புடிசோனைடு, டெஃப்லோசாகார்ட் போன்றவை இந்தவகை மருந்தைச் சேர்ந்தவை. இவை மாத்திரை, ஊசி, திரவ மருந்து, சொட்டு மருந்து, இன்ஹேலர் மருந்து, நெபுலைசர் மருந்து எனப் பல வடிவங்களில் கிடைக்கின்றன. இவற்றில், ஊசி மருந்தை அவசரத்துக்கு மட்டுமே பயன்படுத்தவேண்டும். ஸ்டீராய்டு மாத்திரைகளை மருத்துவரின் யோசனைப்படிதான் சாப்பிட வேண்டும். இவற்றைத் தொடர்ந்து சாப்பிட்டால் சிறுநீரகம்

பாதிப்படையும். முகம், கை, கால்கள் வீங்கிவிடும். எலும்புகள் பலவீனம் அடையும். நோய் எதிர்ப்பு சக்தி குறையும். ரத்தஅழுத்தம் அதிகரிக்கும். நீரிழிவு நோய் வரும். எனவே, எச்சரிக்கை தேவை!

ஆஸ்துமா நோயாளிகளுக்கு ஸ்டீராய்டு மாத்திரைகளைவிட இன்ஹேலர்களே சிறந்தவை. மாத்திரைகளைப் பயன்படுத்தும் போது, அவை ரத்தத்தில் கலந்து நுரையீரலைச் சென்றடைந்த பின்புதான் பலன் தரும். இதற்கு சிறிது நேரம் ஆகலாம். ஆனால், இன்ஹேலரைப் பயன்படுத்தும்போது அதிலிருக்கும் மருந்து நேரடியாக நுரையீரலுக்குச் சென்று மூச்சுக் குழல் தசைகளை உடனே தளர்த்திவிடும். இதன் பலனால் மூச்சுத் திணறல் உடனடியாக கட்டுப்படும்.

இன்ஹேலர்களில் குறைந்த காலம் பயன் தருபவை, நெடுங்காலம் பயன் தருபவை, ஒரு மருந்து உள்ளவை, கலவை மருந்து உள்ளவை எனப் பலவிதம் உண்டு. ஒருவருக்கு எந்த மருந்து உதவும் என்பதை மருத்துவர்தான் தீர்மானிக்க முடியும். எனவே, ஸ்டீராய்டு மருந்துகள் மற்றும் இன்ஹேலர் விஷயத்தில் மருத்துவரின் ஆலோசனைப்படி தான் பயன்படுத்த வேண்டும்.

இமுனோதெரபி சிகிச்சை *(*Immunotherapy*)*

குழந்தைகளுக்குத் தொற்றுநோய்கள் வருவதைத் தடுக்கத் தடுப்பூசிகள் உள்ளதுபோல் அலர்ஜி ஏற்படாமல் தடுக்கவும் தடுப்பூசிகள் உள்ளன. இவை எப்படி வேலை செய்கின்றன? ஒவ்வாமை ஏற்படும்போது ரத்தத்தில் ஐஜிஇ எதிர்ப் புரதம் உருவாகிறது என்று பார்த்தோம் அல்லவா? இதற்குப் பதிலாக ஐஜிஜி (IgG) எதிர்ப் புரதம் உருவாகுமாறு செய்துவிட்டால், ஒவ்வாமை விளைவுகள் அவ்வளவாக ஏற்படுவது இல்லை என்ற அடிப்படையில் இத்தடுப்பூசிகள் செயல்படுகின்றன.

இவை ஒவ்வொன்றும் ஓர் ஒவ்வாமைப் பொருள் கொண்டு தயாரிக்கப்படுகின்றன. எந்தப் பொருளுக்கு ஒவ்வாமை உள்ளதோ அந்தப் பொருளால் தயாரிக்கப்பட்ட தடுப்பூசியைப் போடும்போது, ரத்தத்தில் ஐஜிஜி புரதங்கள் உருவாகின்றன. இவை அந்த ஒவ்வாமைப் பொருளுக்கும் மாஸ்ட் செல்களுக்கும் இடையில் அரணாக நின்று, ஐஜிஇ புரதத்தால் ஒவ்வாமை அறிகுறிகள் ஏற்படுவதைத் தடுத்துவிடுகின்றன.

இந்தத் தடுப்பூசியைக் குறிப்பிட்ட கால இடைவெளியில் போட ஆரம்பித்து, கொஞ்சம் கொஞ்சமாக அளவைக் கூட்டிக்கொண்டே

சென்று, அந்தப் பொருளுக்கு ஒவ்வாமை ஏற்படுவது நின்றுபோனதும், தடுப்பூசி போடுவதையும் நிறுத்தி விடுவார்கள். சிலருக்கு அவ்வப் போது மீண்டும் இது தேவைப்படலாம். இதுதான் ஒவ்வாமைக்கு உள்ள நிரந்தரமான சிகிச்சை.

தேர்ந்த 'ஒவ்வாமை மருத்துவரி'டம் மட்டுமே இதை எடுத்துக் கொள்ள வேண்டும். வழக்கத்தில், ஐந்து வயதுக்குக் கீழ் உள்ளவர்களுக்கு இந்த சிகிச்சை தரப்படுவதில்லை. சரியான அளவில் தடுப்பு மருந்து கொடுக்கப்பட வேண்டியதும், குறிப்பிட்ட இடைவெளிகளில் தவறாமல் போடப்பட வேண்டும் என்பதும் இந்த சிகிச்சையின் வெற்றிக்கு உதவும் சூத்திரங்கள்.

அலர்ஜியை அறிந்துகொண்டீர்கள் அல்லவா? விழிப்புணர்வு பெற்று நலமுடன் வாழ்க.

www.ingramcontent.com/pod-product-compliance
Lightning Source LLC
LaVergne TN
LVHW100553051026
849519LV00003B/931